ஏர் எழுபது

தெளிவுரை
முகிலை இராசபாண்டியன்

PEN BIRD™ PUBILCATIONS

+91 8220063246 | penbirdpublications@gmail.com | www.penbird.in

ஏர் எழுபது
முகிலை இராசபாண்டியன்©

Aer Elupathu
Muhilai Rajapandian©

முதல் பதிப்பு	- டிசம்பர் 2024	
PB #36	- இலக்கியம்	
அட்டை ஓவியம்	- கோ.பாலாஜி MFA.,	ISBN: 978-81-983127-1-6
வடிவமைப்பு	- நா.கௌசிகன்	Rs. 120

Printed by: Real Impact Solutions, Chennai – 600 004.

இந்நூலின் எந்தவொரு பகுதியையும் ஆசிரியர் மற்றும் பதிப்பாளரின் எழுத்து பூர்வ அனுமதியின்றி அச்சு மற்றும் மின்னணு வழியே நகல் எடுப்பது, ஒலிப்பதிவு செய்து வெளியிடுவது, துண்டுப் பிரசுரமாக அச்சிட்டு வெளியிடுவது போன்ற செயல்கள் பதிப்புரிமைச் சட்டத்தின்படி தடை செய்யப்பட்டுள்ளது.

பொருளடக்கம்

1. பிள்ளையார் வணக்கம் — 15
2. மூவர்வணக்கம் — 16
3. நாமகள்வணக்கம் — 16
4. சோழநாட்டுச்சிறப்பு — 17
5. சோழமன்னன் சிறப்பு — 18
6. சோழன்தன் பெருநாட்டுச் சிறப்பு — 18
7. வேளாண் குடிகள்தம் சிறப்பு — 18
8. வேளாளர் சிறப்பு — 19
9. முதலில் படைக்கப்பட்ட வேளாளர் — 19
10. நிகரில்லா வேளாளர் — 20

ஏரெழுபது

1. உழவிற்கு இனிய நாள்கோடலின் சிறப்பு — 23
2. ஏர் விழாச் சிறப்பு — 24
3. அலப்படைச் சிறப்பு — 25
4. மேழிச் சிறப்பு — 26
5. ஊற்றாணிச் சிறப்பு — 27
6. நுகத்தின் சிறப்பு — 28
7. நுகத்துளைச் சிறப்பு — 29
8. நுகத்து ஆணியின் சிறப்பு — 30
9. பூட்டாங் கயிற்றின் சிறப்பு — 31
10. கயிற்றின் தொடைச் சிறப்பு — 32
11. கொழுவின் சிறப்பு — 33
12. கொழுஆணியின் சிறப்பு — 34
13. சிறுகோலின் சிறப்பு — 35
14. உழும் எருதின் சிறப்பு — 36
15. எருதின் கழுத்துக்கறைச் சிறப்பு — 37
16. எருது பூட்டுதல் சிறப்பு — 38
17. ஏர் பூட்டலின் சிறப்பு — 39
18. ஏர் ஓட்டுதலின் சிறப்பு — 40
19. உழுவோனின் சிறப்பு — 41
20. உழவின் சிறப்பு — 42
21. உழுத சாலின் சிறப்பு — 43
22. மண்வெட்டியின் சிறப்பு — 44
23. காடு திருத்துதல் — 45
24. புழுதிச் சிறப்பு — 46
25. வரப்பின் சிறப்பு — 47
26. எருவின் சிறப்பு — 48
27. சேறு ஆக்கலின்சிறப்பு — 49
28. பரம்படித்தலின் சிறப்பு — 50
29. விதைத்தலின் சிறப்பு — 51
30. நாற்று முளை — 52
31. நாற்றங்கால் — 53
32. நாற்றுப் பறித்தல் — 54
33. நாற்று முடி இடுதல் — 55

34. நாற்று முடி	56	53. வேளாளர் வழங்கும் கொடை	77
35. நடவுப் பாட்டு	57	54. சூட்டின் பொலிவு	78
36. நடவின் சிறப்பு	58	55. களம்செய்தலின் சிறப்பு	79
37. உழுதலின் சிறப்பு	59	56. சூடு அடித்தல்	80
38. சேறாக்கி எருவிடுதல்	60	57. சூடு அடிகோலின் சிறப்பு	81
39. வேளாண்மைக்கு வயலே முதல்	61	58. நெற்போர்ச் சிறப்பு	82
40. பயிர் வளர்திறம்	62	59. களம் பாடுதல்	83
41. ஏற்றம் இறைத்தல்	63	60. இரப்பவரும் தோற்காச் சிறப்பு	84
42. துலாக் கோலின் சிறப்பு	64	61. நாவலோ நாவல்	85
43. பயிர் நட்டாரின் சிறப்பு	65	62. எருது மிதித்தலின் சிறப்பு	86
44. நீர்ப் பாய்ச்சுதலின் சிறப்பு	66	63. நெற்பொலியின் சிறப்பு	87
45. களை நீக்கலின் சிறப்பு	67	64. நெல்லைக் காற்றில் தூற்றிக் குவித்தல்	88
46. கருப்பிடித்தல்	68	65. நெற்கூடையின் சிறப்பு	89
47. கதிர் விடுதலின் சிறப்பு	69	66. தூற்று முறத்தின் சிறப்பு	90
48. கதிரின் பச்சை நிறம்	70	67. பொலி கோலின் சிறப்பு	91
49. கதிரின் தலைவளைவு	71	68. நெற்கோட்டையின் சிறப்பு	92
50. விளைவு காத்தல்	72	69. கல்லறைபோல் நெல்லறை	93
51. அரிவாள்	73	70. வேளாளர் பெறும் பேறு	94
52. அறுவடை	74	71. மங்கல வாழ்த்து	95

முன்னுரை

தமிழ்க் காப்பிய உலகில் எல்லோராலும் பேசப்படும் பெயர், கம்பர். வால்மீகி எழுதிய இராமாயணத்தை தமிழில் படைத்ததால் பெற்ற பெயரைவிடவும் விருத்தப்பாவில் பத்தாயிரம் பாடலுக்கு மேலாகக் கம்பர் வழங்கியுள்ள இலக்கிய விருந்தினால் பெரும்பெயர் பெற்றுள்ளான். இராமாயண நிகழ்ச்சிகளை ஏற்றுக்கொண்டு கம்பனைப் போற்றுவோரைவிட, கம்பனின் இலக்கிய ஆளுமையை வியந்து போற்றுவோரே அதிகம். அதனால்தான் தமிழ்நாட்டின் முக்கிய நகரங்களில் எல்லாம் கம்பன் கழங்கள் செயல்பட்டு வருகின்றன.

பட்டிமன்றம் என்னும் விவாத அரங்கங்களில் அதிகமாக விவாதிக்கப்பட்ட காப்பியம் இராமாயணம் என்றால் அதற்குக் கம்பர் வழங்கிய இலக்கியச் சுவைதான் காரணமாகும்.

கம்பன் வீட்டு கட்டுத்தறியும் கவிபாடும், கல்வியிற் பெரியன் கம்பன் என்னும் முதுமொழிகள் கம்பரின் கவிப் பரம்பரையையும் அவரது கல்விப் புலமையையும் எடுத்துக்காட்டும்.

கம்பர் சோழ நாட்டில் உவச்சர் குடியில் பிறந்தவர் என அறிய முடிகிறது. உவச்சர் என்னும் குடியைப் பதினெட்டுக் குடிகளில் ஒரு குடியாகிய ‘ஓச்சர்’ என்னும் குடியினர் எனலாம். உவச்சர் என்போர் ஓலை எழுதும் தொழிலைச் செய்து வந்தவர்கள். மன்னனோ புலவர்களோ சொல்வதைக் கேட்டு அப்படியே ஓலையில் எழுதுவதும் ஓலைகளைப் படி எடுப்பதும் இவர்களது பணியாகும். இவ்வாறு ஓலை எழுதும் காரணத்தால்தான் ‘கம்பன் வீட்டுக் கட்டுத்தறியும் கவி பாடும்’

என்னும் முதுமொழி தோன்றியது. கட்டுத்தறி என்பது ஓலை என்னும் இலக்குகளை அடுக்கி, மேலும் கீழும் அழுத்திக் கட்டுவதற்கு வசதியாக வைக்கப்பட்டிருக்கும் மரக்கட்டைகள். அந்தக் கட்டைகளிலும் கவிதை எழுதப்பட்டிருந்த காரணத்தால்தான் கம்பன் வீட்டுக் கட்டுத்தறியும் கவி பாடும் என்னும் முதுமொழி தோன்றியது.

கம்பர் பற்றிப் பல கருத்துகள் சொல்லப்படுகின்றன. குறிப்பாக அவரது தந்தையார் பெயர் ஆதித்தன் என்று அறியமுடிகிறது. மகன் அம்பிகாபதி. கம்பர் வரலாற்றில் இருக்கும் கதைகளில் பல கதைகள் கற்பனையோ என எண்ணத் தோன்றும். அப்படி ஒதுக்கிவிடவும் முடியாது. கம்பரின் தந்தையார் பெயர் ஆதித்தர் என்று குறிப்பிட்டுள்ளவர்கள், தாயார் எனவும் ஒரு பெயரைக் கற்பனையாகச் சொல்லியிருக்க முடியும். அப்படி ஒரு பெயரைச் சொல்லவில்லை. எனவே, கம்பர் வரலாற்றை அறிந்த வகையிலேயே அந்தக் காலத்திலிருந்து சொல்லி வருகிறார்கள் என்று உணர்ந்து கொள்ளலாம்.

கம்பர் தற்போதைய மயிலாடுதுறை மாவட்டத்தின் திருவழுந்தூர் என்று தமிழ் நாவலர் சரிதை என்னும் நூல் தெரிவிக்கிறது.

> நாரணன் விளையாட்டு எல்லாம்
> நாரத முனிவன் சொல்ல
> வாரணக் கவிதைசெய்தான் அறிந்து
> வான்மீகி என்பான்
> சீரணி சோழ நாட்டுத்
> திருவழுந்தூர் உவச்சன்
> காரணி கொடையான் கம்பன்
> தமிழினால் கவிதை செய்தான்

என்னும் பாடலும் திருவழுந்தூர் என்னும் ஊரைச் சேர்ந்தவன் கம்பர் என்பதையும், அது சோழ நாட்டில் உள்ளது என்பதையும் எடுத்துரைக்கிறது. மேகம் மழையை மண்ணுக்குத் தருவதுபோல் மக்கள் அறிவுபெறக் கல்வியறிவு கொடுத்தவர் கம்பர் என்பதையும் இந்தப் பாடலிலிருந்து உணர்ந்துகொள்ள முடிகிறது.

கம்பரின் முன்னோர் காலத்திலிருந்தே காளி கோவிலில் பூசை செய்யும் வழக்கமும் இருந்துள்ளது. காளி வழிபாடு, சக்தி வழிபாட்டுடன் தொடர்புடையது என்றாலும் அதையும் சைவ மரபுடன் இணைத்தே பார்க்கிறோம். எனவே, சைவ மரபினைச் சேர்ந்தவர் கம்பர் என்றும் உணரலாம்.

கம்பரும் குலோத்துங்கனும்

கம்பர் பற்றிப் பல கருத்துகள் சொல்லப்படுகின்றன. குறிப்பாக அவரது தந்தையார் ஆதித்தன் என்றும், மகன் அம்பிகாபதி என்றும் அறியமுடிகிறது. அம்பிகாபதியும் கம்பனைப்போல் கவிஞனாக சிறப்புற்று விளங்கியுள்ளான். சோழ மன்னன் குலோத்துங்கனின் மகள் அமராவதி, இவன்மேல் காதல் கொண்டாள். இக்காதலை குலோத்துங்கன் ஏற்றுக்கொள்ளவில்லை. எனவே, அம்பிகாபதியைத் தண்டிக்க விரும்பினான். கம்பரின் வேண்டுகோளின் காரணமாக அவனை விடுவதற்கு உடன்பட்டான் குலோத்துங்கன். ஆனால், அதற்கு ஒரு நிபந்தனை விதிக்கப்பட்டது.

காதல் கலக்காமல் நூறு பாடல் பாடவேண்டும். அப்படிப் பாடிவிட்டால் அவனை விடுவிக்கத் தயார் என்று அறிவித்தான். அதனை எல்லோரின் முன்னிலையில் போட்டியாக அறிவித்தான் குலோத்துங்கன். அதற்காகக் குறிக்கப்பட்ட நாளில் போட்டித் தொடங்கியது. நூறு பாடலை அம்பிகாபதி, காதல் கலக்காமல் பாடினான். ஆனால் முதல் பாடல், கடவுள் வாழ்த்துப் பாடல் என்றும் அதனைக் கணக்கில் சேர்க்கக் கூடாது என்றும் கணக்கிட்ட குலோத்துங்கன், 99 பாடல்தான் பாடியுள்ளான் என்றும் அதற்கு அடுத்த பாடலில் காதல் பொருள் கலந்துவிட்டது என்றும் கூறி மரண தண்டனை விதித்தான்.

மகனின் பிரிவால் கம்பன் தீர்க்க இயலாத் துன்பம் அடைந்தான். அதனால் குலோத்துங்கனுக்கும் கம்பனுக்கும் கருத்து வேறுபாடு ஏற்பட்டு, சோழநாட்டை விட்டு வெளியேறினான் கம்பன்.

> மன்னவனும் நீயோ? வளநாடும் உன்னதோ?
> உன்னை அறிந்தோ தமிழை ஓதினேன் – என்னை
> விரைந்து ஏற்றுக் கொள்ளாத வேந்து உண்டோ? உண்டோ
> குரங்குஏற்றுக் கொள்ளாத கொம்பு!

என்று பாடிவிட்டுச் சென்றதாகத் தனிப்பாடல் வரலாறு தெரிகிறது. இந்தப் பாடலும் கம்பன் எழுதியதாகத் தனிப்பாடல் திரட்டில் உள்ளது.

கம்பரும் ஒட்டக்கூத்தனும்

குலோத்துங்க சோழனின் அரசவைப் புலவராக இருந்தவர் ஒட்டக்கூத்தன். அவருக்கும் கம்பனுக்கும் புலமைப் போட்டி இருந்ததாகவும் அறியமுடிகிறது. இராமாயணத்தைப் படைக்கும்

பணியானது ஒட்டக்கூத்தனிடமும் கம்பனிடமும் ஒப்படைக்கப் பட்டது. கம்பர், இராமாயணத்தை எழுதி முடிப்பதற்குக் காலதாமதம் ஆனது. ஆனால், ஒட்டக்கூத்தன், ஏழு காண்டங்களாக இராமாயணத்தை நிறைவு செய்துவிட்டான். குறுகிய காலத்தில் கம்பனும் ஆறு காண்டங்களில் இராமாயணத்தைப் படைத்தான்.

அதனைக் குலோத்துங்கன் அவையில் அரங்கேற்றும்போது கம்பனின் இராமாயணத்தில் 'துமி' என்னும் சொல் வருவதைக் கவனித்தார். உடனே துமி என்னும் சொல்லைப் பயன்படுத்தியுள்ளீர். துமி என்னும் சொல் தமிழ் மொழியில் இல்லை. எனவே, இது பிழை என்று சொன்னார்.

கம்பனோ இச்சொல் மக்களின் பேச்சுவழக்கில் இப்போதும் இருக்கிறது. என்னுடன் வந்தால் அதனை மெய்ப்பிக்கிறேன் என்று சொன்னான். அடுத்தநாள் குலோத்துங்கன் நகருலாவிற்குப் போகும்போது, அவர் கூடவே கம்பரும் ஒட்டக்கூத்தரும் சென்றனர். அப்படிப் போகும்போது ஒரு வீட்டில் ஒரு பெண்மணி தயிர் கடைந்து கொண்டிருந்தார். அருகில் குழந்தைகள் உட்கார்ந்திருந்தார்கள். அவர்களைப் பார்த்து, "தள்ளி உட்காருங்கள், துமி மேலே பட்டுவிடும்" என்றார். அதனை மூவரும் கேட்டனர். உடனே ஒட்டக்கூத்தர், இது ஏதோ முன்னாலேயே செய்யப்பட்ட ஏற்பாடு என்று உணர்ந்தார். ஆனால், தான் தமிழில் இல்லை என்று சொன்ன சொல்லை இருக்கிறது என்று கம்பர் மெய்ப்பித்துவிட்டார். இதற்குமேல் நானும் இராமாயணத்தை எழுதுவது முறையாகாது என்று கோபத்தில் தான் படைத்த இராமாயணத்தைக் கிழித்தாராம். அப்போது கம்பரே தடுத்து நிறுத்தினாராம். அப்படி எஞ்சியதுதான் உத்தர காண்டம் என்று கூறுகிறார்கள்.

குமுதன் இட்ட குலவரை கூத்தரின்
திமிதம் இட்டுத் திரியும் திரைக்கடல்
துமி, தம் ஊர்புக வானவர் துள்ளினார்
அமுதம் இன்னும் எழும் எனும் ஆசையால் [6844]

என்னும் சேது பந்தனப் படலத்தில் இடம்பெறும் இந்தப் பாடல்தான் கம்பனுக்கும் ஒட்டக்கூத்தனுக்கும் சொற்போர் நடைபெறுவதற்குக் காரணமாயிருந்த பாடலாகும். குமுதன் என்னும் வானர வீரன் கொண்டுவந்து போட்ட மலையினால் நீர்த்துளி பொங்கியது. அந்த நீர்த்துளி வானத்தில் சென்றதால், 'கடலைக் கடைகிறார்கள். இப்போதும் அமுதம் கிடைக்கலாம்' என்று தேவர்கள் ஆசை கொண்டனர் என்று இந்தப் பாடல் தெரிவிக்கிறது.

கம்பரும் சடையப்ப வள்ளலும்

வெண்ணெய் நல்லூரில் வாழ்ந்த வள்ளலின் பெயர் சடையப்ப வள்ளல். வெண்ணெய் நல்லூர் என்னும் இந்த ஊர்தான் திருவெண்ணெய் நல்லூர் என்று இப்போது குறிப்பிடப்படுகிறது. இங்குதான் சுந்தரர் தனக்கு அடிமை என்பதை மெய்ப்பிப்பதற்காகச் சிவன், அவரை அழைத்துவந்தான். அங்கே உள்ள நீதிபதிகள் சுந்தரரின் முன்னோர் எழுதிக்கொடுத்த ஆவணம்தான் என்று முந்தைய ஆவணத்தை ஒப்புநோக்கிக் கூறினர்.

இந்த வெண்ணெய் நல்லூரில் உள்ள சடையப்ப வள்ளல் என்பவர்தான், இராமாயணத்தை கம்பர் எழுதி முடிப்பதற்குப் பொருளுதவி செய்ததாக அறியமுடிகிறது. கம்பர் தனது இராமாயணத்தில் நூறு பாடலுக்கு ஒருமுறை சடையப்ப வள்ளல் பெயர் வருமாறு பாடியிருந்தார். இராமாயணத்தை திருவரங்கத்தில் அரங்கேற்றும்போது அதை நீக்கவேண்டும் என்று அறிஞர்கள் கூறினர். பின்னர், கம்பரின் வேண்டுகோளுக்கு இணங்க ஆயிரம் பாட்டிற்கு ஒருமுறை வரலாம் என்று ஏற்றுக்கொண்டனர். முடிசூட்டு படலத்தில் இடம்பெறும்,

> அரியணை அனுமன் தாங்க,
> அங்கதன் உடைவாள் ஏந்த,
> பரதன் வெண்குடை கவிக்க,
> இருவரும் கவரி வீச
> விரைசெறி குழலி ஓங்க
> வெண்ணெயூர்ச் சடையன் தங்கள்
> மரபுளோர் கொடுக்க வாங்கி
> வசிட்டனே புனைந்தான் மௌலி [10491]

என்னும் பாடலில் இராமனுக்கு முடியாகச் சூட்டவேண்டிய மகுடத்தை வெண்ணெயூர்ச் சடையனின் மரபில் முன்னால் வாழ்ந்தவர்கள் எடுத்துக் கொடுத்தனர் என்று கம்பர் பாடியுள்ளார். சடையப்ப வள்ளல்தான் கம்பருக்குப் பொருளுதவி செய்துள்ளார் என்பதிலிருந்து, இராமாயணத்தை எழுதி முடிப்பதற்குள்ளாகவே குலோத்துங்கன் அவையைவிட்டு, கம்பர் வெளியேறிவிட்டார் என அறிந்து கொள்ளமுடிகிறது.

கம்பரும் இராமாயண அரங்கேற்றமும்

இராமாயணத்தை அரங்கேற்றம் செய்வதற்காக கம்பர், திருவரங்கத்திற்குச் சென்றார். ஆனால், அங்கே இருந்த அறிஞர்களும்

மற்றவர்களும், இந்த நூலை இங்கே அரங்கேற்றம் செய்வதற்கு, தில்லை என்னும் சிதம்பரத்தில் வாழும் தீட்சிதர்கள் ஒப்புதல் வழங்கினால்தான் இங்கே அரங்கேற்ற முடியும் என்று சொல்லிவிட்டனர். சைவத்தின் பெருமை வாய்ந்த கோயில் சிதம்பரம். வைணவத்தின் பெருமை வாய்ந்த கோயில் திருவரங்கம். இந்தத் திருவரங்கத்தில் அரங்கேற்றுவதற்கு ஏன் சிதம்பரத்தில் ஒப்புதம் பெறவேண்டும் என்று சொன்னார்கள் என்பதை ஆழ்ந்து சிந்தித்தால், சோழ மன்னனின் ஆளுகைக்கு உட்பட்ட திருவரங்கத்தில், குலோத்துங்கனைப் பகைத்துக்கொண்ட கம்பரின் நூலினை எப்படி அரங்கேற்றுவது என்று எண்ணியிருக்கலாம். மன்னனை மீறி அரங்கேற்றம் செய்வது என்றால் அதற்கு சைவத்தின் தலைமையிடமான சிதம்பரமும் ஒத்துழைக்கவேண்டும் என்று விரும்பியிருக்கலாம். சைவரும் வைணவரும் ஒரு மனதாக ஏற்றுக்கொண்டால், மன்னன் எதிர்ப்பதற்கு வாய்ப்பு இருக்காது என்றும் எண்ணியிருக்கலாம்.

உடனே கம்பர், தில்லைக்கு சென்றார். தில்லையில் உள்ள தீட்சிதர்கள் மூவாயிரம் பேர் என்பது ஒரு கணக்கு. அத்தனை தீட்சிதர்களையும் ஒன்று திரட்டி ஒப்புதல் பெறுவது மிகவும் சிரமமான செயல். கம்பர் சென்றிருந்த வேளையில் தீட்சிதர் ஒருவரின் குழந்தையைப் பாம்பு கடித்துவிட்டது. தீட்சிதர்கள் செய்வதறியாமல் திகைத்துப் போயிருந்தனர். அப்போது அங்கே சென்ற கம்பர், தான் படைத்த நாகபாசப் படலத்தில் உள்ள பாடல்களைப் பாடினார். உடனே அந்தக் குழந்தை உயிர்ப் பெற்றது.

கம்பர் பாடிய பாடலால் குழந்தை உயிர்ப் பெற்றதைக் கண்ட தீட்சிதர்கள் எல்லோரும் மகிழ்ந்தனர். கம்பரின் தெய்வீகத் தன்மையை உணர்ந்து அந்த வைணவக் காப்பியமான இராமாயணத்தை திருவரங்கத்தில் அரங்கேற்றுவதற்கு ஒத்துழைப்பதற்கு ஒப்புக்கொண்டர். கம்பர் மீண்டும் திருவரங்கம் சென்று அரங்கேற்றம் செய்ய முயற்சி செய்தார். கம்பரிடம் நம்மாழ்வார் பற்றிக் கேட்டனர். அவர்தான் வைணவர்களை ஆளும் ஆழ்வார். அவரைப் போற்றிப் பாடவேண்டும் என்று கேட்டனர். அதன்படி கம்பர் சடகோபர் (நம்மாழ்வார்) அந்தாதி என்னும் நூலைப் பாடினார். அதன்பிறகு இராமாயணத்தை அரங்கேற்றுவதற்கு ஒப்புதல் தெரிவித்தனர்.

அரங்கேற்றமும் நரசிம்மமும்

திருவரங்கத்தில் உள்ள தாயார் திருக்கோவிலுக்கு எதிரே உள்ள மண்டபத்தில் கம்பர், இராமாயணத்தை அரங்கேற்றினார். அவ்வாறு

அரங்கேற்றம் செய்த வேளையில் இரணிய வதைப் படலத்தைப் பாடிக்கொண்டிருந்தார் அவர். அப்போது அந்த மண்டபத்திலிருந்து நரசிம்மத்தின் நகைப்பொலி கேட்டது. நரசிம்ம மூர்த்தியே கம்பனின் பாடலைக் கேட்டு அருள்புரியும் வகையில் சிரித்து, கம்பனின் இராமாயணத்தை ஏற்றுக்கொண்டான் என்று இந்த வரலாறு தெரிவிக்கிறது. அந்த மண்டபத்தில் இப்போதும் கம்பர், இராமாயணத்தை அரங்கேற்றம் செய்த மண்டபம் இது எனக் குறிக்கப்பட்டுள்ளது.

கம்பரின் பெருமை

கம்பர் படைத்த விருத்தப்பாவின் பெருமையைப் பலபட்டடை சொக்கநாதப் புலவர் பின்வரும் பாடலில் பாடியுள்ளார்.

வெண்பாவிற் புகழேந்தி, பரணிக்கோர்
 சயங்கொண்டான், விருத்தமென்னும்
ஒண்பாவிற்கு உயர்கம்பன், கோவையுலா
 அந்தாதிக்கு ஒட்டக் கூத்தன்
கண்பாய கலம்பகத்திற்கு இரட்டையர்கள்
 வசைபாடக் காள மேகம்
பண்பாகப் பகர் சந்தம் படிக்காசு
 அலால் ஒருவர் பகர ஒணாதே!

என்னும் பாடலில் விருத்தப் பாவினைப் பாடுவதற்கு உயர் கம்பன் என்று வேறு எவருக்கும் சொல்லாத 'உயர்' என்னும் அடைமொழியைக் கம்பனுக்குக் கொடுத்துள்ளார்.

கவிமணி தேசிக விநாயகம், கம்பன் கவியில் தன் உள்ளத்தைப் பறிகொடுத்துப் பாடியுள்ளார்.

பாவின் சுவைக்கடல் உண்டெழுந்து – கம்பன்
 பாரில் பொழிந்த தீம் பாற்கடலை
நாவின் இனிக்கப் பருகுவமே– நூலின்
 நன்னய முற்றும் தெளிகுவமே!

எனப் போற்றியுள்ளார்.

யாமறிந்த புலவரிலே கம்பனைப்போல்
 வள்ளுவர் போல் இளங்கோவைப் போல்
பூமிதனில் யாங்கணுமே பிறந்ததிலை
 உண்மை வெறும் புகழ்ச்சி யில்லை!

என்று போற்றியுள்ளார் பாரதியார். மேலும்,

கல்வி சிறந்த தமிழ்நாடு – புகழ்க்
கம்பன் பிறந்த தமிழ்நாடு!

என்று கம்பனால் தமிழ்நாடு பெருமை பெற்றது எனப் பாடியுள்ளார்.

பத்தாயிரம் கவிதை
முத்தாக அள்ளி வைத்த
சத்தான கம்பனுக்கு ஈடு – இன்னும்
வித்தாகவில்லை என்று பாடு

சீதை நடையழகும்
ஸ்ரீராமன் தோளழகும்
போதை நிறைந்ததெனச் சொல்லி – எனைப் போட்டான்
மதுக்குடத்தில் அள்ளி!
... ...
... ...
காலமெனும் ஆழியிலும்
காற்று மழை ஊழியிலும்
சாகாது கம்பனவன் பாட்டு – அது
தலைமுறைக்கு எழுதி வைத்த சீட்டு.

என்று கண்ணதாசன், கம்பன் பாடலைப் போற்றிப் பாடியுள்ளான்.

ஆயிரம் ஆண்டுக்கு முன்னரே கம்பனின் சமாதி உள்ள இடத்தில் கம்பனுக்கு நினைவிடம் அமைக்கப்பட்டுள்ளது. அந்நினைவிடம், சிவகங்கை மாவட்டம் நாட்டரசன் கோட்டை அருகேயுள்ள கருதுப்பட்டி என்ற கிராமத்தில் அமைந்துள்ளது. சிவகங்கை மாவட்டம் காரைக்குடியில் கம்பன் அடிப்பொடியாகிய சா.கணேசன் முயற்சியால் கம்பன் மணிமண்டபம் உருவாக்கப் பட்டுள்ளது.

முத்தமிழறிஞர் கலைஞர், அண்ணா சதுக்கம் அமைத்தபோது அச்சதுக்கத்தின் நுழைவாயிலில் கம்பர் சிலையை அமைத்துள்ளார். எம்.ஜி.ஆர் ஆட்சிக்காலத்தில் தேரழுந்தூரில் கம்பருக்கு ஒரு மணிமண்டபம் கட்டப்பட்டுள்ளது. இவ்வாறு கம்பனுக்கு நினைவிடங்கள் இருந்தாலும், கற்றோர் உள்ளத்தில் எல்லாம் கம்பர் நிறைந்திருக்கிறார்.

வேளாளரும் கம்பரும்

குலோத்துங்கனுடன் ஏற்பட்ட கருத்து வேறுபாட்டினால் அங்கிருந்து வெளியேறிய கம்பர், தொண்டை நாட்டிற்கு

வந்துள்ளார். அங்கேதான் அவர் சடையப்ப வள்ளலைச் சந்தித்து உதவி பெற்றுள்ளார். கம்பராமாயண அரங்கேற்றத்திற்குப் பிறகு வாரங்கல், பாண்டிய நாடு, பல குறுநில மன்னர்கள் எனப் பல நாடுகளுக்குச் சென்றுள்ளார். அவ்வாறு சென்ற அவரை வேளாளர்கள் வரவேற்று ஏற்றுள்ளனர். அவ்வாறு வேளாளர் பாதுகாப்பில் கம்பர் இருந்தபோது படைத்த நூல்தான் 'ஏர் எழுபது' என்னும் இந்த நூலும் 'திருக்கை வழக்கம்' என்னும் நூலும் ஆகும்.

வேளாளர் என்பதை இந்தப் பகுதியில் சாதிப் பெயராகக் கருதாமல் வேளாண்மை செய்தோர் எல்லோரையும் குறிக்கும் பெயராகக் கொண்டு இந்த நூலை எல்லோரும் படிக்கவேண்டும் என்பது எண்ணம்.

உழவுத் தொழிலை மேம்படுத்துவதற்காக முழுமையாக எழுதப்பட்ட முதல் நூல், கம்பரால் படைக்கப்பட்ட இந்த 'ஏர் எழுபது' ஆகும்.

இந்த நூலில் தற்போது மங்கல வாழ்த்துடன் 71 பாடல்கள் உள்ளன. இந்தப் பாடல்கள் அனைத்தையும் பதம் பிரித்து வழங்கியதுடன் எளிய தெளிவுரையையும் வழங்கியுள்ளேன். காராளர், வேளாளர் என்னும் சொற்களில் வேளாண் தொழிலாளர்களைப் புகழ்ந்துள்ள கம்பர், வேளாண் தொழிலுக்குப் பயன்படும் அனைத்துப் பொருள்களையும் போற்றியுள்ளார்.

ஏர் எழுபது என்னும் இந்த நூலினை வெளியிடும், பென் பேர்டு என்னும் பதிப்பகத்தின் உரிமையாளரும் மிகச்சிறந்த படைப்பாளியுமான திரு.நா.கௌசிகனுக்கும் எனது எழுத்து முயற்சிக்கு எப்போதும் துணைபுரியும் தமிழ்த் தொண்டர் அ.வே.செல்லப்ப ரெட்டியாருக்கும் என் நன்றி!

முகிலை இராசபாண்டியன்

பிள்ளையார் வணக்கம்

கங்கைபெறும் காராளர் கருவி எழுபதும் உரைக்க
அங்கைபெறும் வளைத்தழும்பும் முலைத்தழும்பும் அணிய மலை
மங்கைபெறும் திருவுருவாய் வந்து உறைந்தார்தமை வலம்செய்
கங்கைபெறும் தட விகடக் களிற்றானைக் கழல் பணிவாம். 1

கங்கை என்னும் நீர் மகள் பெற்றவர்கள் காராளர்கள். இந்தக் காராளர்கள் பயன்படுத்தும் ஏர்த்தொழில் கருவிகள் எழுபது. அந்த எழுபது பொருள்களையும் பற்றி நான் பாடும் இந்த 'ஏர் எழுபது' என்னும் நூல் சிறப்புற அமைவதற்குக் காஞ்சிபுரத்தில் வந்து கோயில் கொண்டுள்ள பிள்ளையார் துணை நிற்கவேண்டும் என்று அவரது திருவடியைப் பணிந்து போற்றுகிறேன்.

காஞ்சிபுரத்தில் ஏகம்பரநாதன் கோவில் கொண்டுள்ளான். இவன், தேவியினால் கட்டித் தழுவப் பெற்றவன். அவ்வாறு கட்டித் தழுவும்போது அம்மையின் கையில் அணிந்திருந்த வளையல்களும் மார்புகளும் அப்படியே அந்த ஏகாம்பரநாதனின் மேனியில் பதிந்துவிட்டன. அந்தச் சிவபெருமானையும் பார்வதியையும் வலம்வந்து மாங்கனியைப் பெற்றவர் பிள்ளையார். அவர் வலிமையான யானை உருவத்தில் இருப்பதால் தட என்றும், விகடம் செய்து மாங்கனியைப் பெற்றதால் விகட என்றும் பாடியுள்ளார். (உலகத்தைச் சுற்றிவருமாறு சொன்னதுதான் போட்டி. உலகத்தைச் சுற்றி வராமல் தாய் தந்தையரைச் சுற்றிவந்து இயல்புக்கு மாறுபட்ட விகடம் செய்தவர் பிள்ளையார்.) அந்தப் பிள்ளையார் இந்த ஏர் எழுபது என்னும் நூலைப் படைப்பதற்குத் துணைபுரிய வேண்டும் என்று கம்பர் பாடியுள்ளார்.

காராளர் என்னும் சொல், வேளாண்மைத் தொழில் செய்வோரைக் குறிக்கும். கார் என்பது மழைமேகம். மழைமேகம் பொழியும் கங்கை போன்ற நீரைப் பயன்படுத்தி வேளாண்மை செய்வதால் வேளாளரைக் காராளர் என்றும் கூறினர்.

மூவர்வணக்கம்

நிறைக்குரிய அந்தணர்கள் நெறிபரவ மனுவிளங்கத்
தறைக்குரிய காராளர் தமது வரம்பு இனிது ஓங்க
மறைக்குரிய பூமனையும் வண்துளபத் தாமனையும்
பிறைக்கு உரிய நெடிஞ்சடிலப் பெம்மானையும் பணிவாம். 2

நிறைந்த நற்குணம் கொண்ட அந்தணர்களின் நன்னெறி இந்த உலகத்தில் பரவி, மக்கள் எல்லோரும் மகிழ்ச்சியுடன் வாழ வேண்டும். அவ்வாறு மக்கள் மகிழ்ச்சியுடன் வாழ்வதற்குக் காரணமாக இருக்கும் காராளர் என்னும் வேளாளரின் வேளாண்மைத் தொழில் சிறந்து விளங்கவேண்டும். அப்படிச் சிறந்து விளங்குவதற்கு வேதத்தைப் படைத்த பிரம்மனையும், துளசி மாலை அணிந்த திருமாலையும், பிறையையும் கங்கையையும் தலையில் தாங்கிய சிவனையும் பணிந்து வேண்டுகிறேன்.

நாமகள்வணக்கம்

திங்களின் மும்மாரி பெயச் செகத்தில் உயிர்செழித்து ஓங்கக்
கங்கை குலாதிபர் வயலின் கருவீறத் தொழுகுலத்தோர்
துங்க மக மனுநீதி துலங்கிட வையம் படைத்த
பங்கயன்தன் நாவில் உறை பாமடந்தை பதம் தொழுவாம். 3

நாட்டில் ஒவ்வொரு மாதமும் மூன்று முறை மழை பெய்தால் இந்த உலக உயிர்கள் எல்லாம் செழித்து வளரும். அவ்வாறு இந்த உலகம் செழிப்பதற்குக் காரணமாக இருப்பவர்கள் கங்கைக்குலம் என்னும் நீர்க்குலத்தை ஆளும் அதிபர்களாகிய வேளாளர்கள். அந்த வேளாளர்கள் வயலில் விதைக்கும் பயிர்கள், வீறுடன் செழித்து வளரவேண்டும். எப்போதும் விழிப்புடன் நாட்டைக் காக்கும் மன்னன் இந்த மக்களை நல்ல முறையில் பாதுகாக்கவேண்டும். அதற்காகத் தாமரை மலரில் தோன்றிய பிரம்மனின் நாக்கில் குடியிருக்கும் கலைத்தாய் கலைமகளைப் போற்றி வணங்குகிறேன்.

சோழநாட்டுச்சிறப்பு

ஈழ மண்டல முதல் எனஉலகத்து
எண்ணு மண்டலத்து எறிபடை வேந்தர்
தாழும் மண்டலம், செம்பியன் மரபினோர்
தாம்எலாம் பிறந்து இனிய பல்வளத்தின்

வாழும் மண்டலம், கனகமும் மணிகளும்
வரம்பில் காவிரி குரம்பினில் கொழிக்கும்
சோழ மண்டலம், இதற்கு இணையாம் எனச்
சொல்லும் மண்டலம் சொல்வதற்கு இல்லையே!   4

ஈழ நாடு என்னும் இலங்கையையும் சேர்த்து இந்தியாவில் 56 நாடுகள்* என்னும் ஓர் எண்ணிக்கை உண்டு. அந்த 56 நாடுகளையும் ஆட்சி செய்யும் அனைத்து நாட்டு மன்னர்களும் சோழர்களுக்குப் பணிந்து ஆண்டு வந்தனர். செம்பியன் என்னும் பெயரைக்கொண்ட சோழன் முதலாக, பல சோழ மன்னர்களால் ஆட்சி செய்யப்பெற்ற சோழ மண்டலத்தில், பொன்னும் மணிகளும் நெல்மணிகளாக எல்லையில்லாக் காவிரி பாய்வதால் விளைந்து வளம் சேர்க்கின்றன. இந்தச் சோழ மண்டலத்திற்கு இணையானது என எதையும் சொல்ல இயலாத பெருமைகொண்டது இந்த மண்டலம்.

செம்பியன் என்னும் இந்த மன்னன்தான் மிகவும் பழமையான சோழ மன்னன் என்றும், சிபிச்சக்கரவர்த்தி என்னும் மன்னன் இந்தச் செம்பியர் மரபைச் சேர்ந்தவன் என்றும் இவர்கள் திருவாரூரைத் தலைநகராகக் கொண்டு ஆட்சி செய்தனர் எனவும் அறியமுடிகிறது.

சோழமன்னன் சிறப்பு

முடியுடைய மன்னவரின் மூவுலகும் படைத்துடைய
கொடியுடைய மன்னவரின் குலவு முதல் பெயருடையான்
இடியுடைய ஒலிகெழுநீர் எழுபத்தொன்பது நாட்டுக்
குடியுடையான் சென்னி, பிறர் என்னுடையார் கூறீரே!   5

★   56 நாடுகள்:
1.அங்கம், 2.அருணம், 3.அவந்தி, 4.ஆந்திரம், 5.இலாடம், 6.யவனம், 7.ஒட்டியம், 8.கருசம், 9.கலிங்கம், 10.கன்னடம், 11.கன்னாடம், 12.காசம், 13.காசுமீரம், 14.காந்தாரம், 15.காம்போசம், 16.கிராடம், 17.குருகு, 18.குடகு, 19.குந்தளம், 20.குரு, 21.குலிந்தம், 22.கூர்ச்சரம், 23.கேகயம், 24.கேரளம், 25.கொங்கணம், 26.கொல்லம், 27.கோசலம், 28.சகம், 29.சவ்வீரம், 30.சாலவம், 31.சிங்களம், 32.சிந்து, 33.சீனம், 34.சூரசேனம், 35.சோழம், 36.சோனகம், 37.திராவிடம், 38.துளுவம், 39.தெங்கணம், 40.நிடதம், 41.நேபாளம், 42.பாஞ்சாலம், 43.பப்பரம், 44.பல்லவம், 45.பாண்டியம், 46.புலிந்தம், 47.போடம், 48.மகதம், 49.மச்சம், 50.மராடம், 51.மலையாளம், 52.மாளவம், 53.யுகந்தரம், 54.வங்கம், 55.வங்காளம், 56.விதர்ப்பம்.

முடி சூடி ஆளும் சிறப்புப் பெற்ற மன்னராக மூவர் அந்தக் காலத்தில் இருந்தனர். அவர்கள் சேரர், சோழர், பாண்டியர் என்னும் மூவேந்தர்கள். இவர்களில் சோழ மன்னன் மிகவும் புகழ் பெற்றவன். காவிரி பாயும் ஓசை இடி முழக்கத்தைப்போல் எப்போதும் ஒலித்துக் கொண்டிருக்கும் 79 நாடுகளை உள்ளடக்கிய மண்டலமாக இந்தச் சோழ மண்டலம் விளங்கியது. சோழனைப்போல் 79 வேளாண் பகுதிகளைக் கொண்டவர்கள் இந்த மூவேந்தர்களில் யாரும் இல்லை. வேறு யாராவது அப்படி இருந்தால் தெரிந்தவர்கள் சொல்லுங்கள்.

சோழ நாட்டின் உட்பிரிவாக அந்தக் காலத்தில் இருபத்து நான்கு கோட்டங்களும் எழுபத்தொன்பது நாடுகளும் இருந்தன என்பர். நாடுகள் என்பது ஒரு பெரிய ஊர் அளவினைக் கொண்டதாகும்.

சோழன்தன் பெருநாட்டுச் சிறப்பு

மந்தரம் அனைய திண்தோள் மணிமுடி வளவன் சேரன்
சுந்தர பாண்டியன்தன் சுடர்மணி மகுடம் சூட
அந்தணர்குலமும் எல்லா அறங்களும் விளங்க வந்த
இந்திரன் ஓலக்கம் போலிருந்தது பெரிய நாடே. 6

மந்தர மலையைப் போன்ற வலிமையான தோளினைக் கொண்டவன் சோழன். அவன் மணிமுடி தாங்கி, சேரனையும் பாண்டியனையும் வென்று அவர்களின் மணிமுடியையும் தனதாக்கிக் கொண்டான். மூவேந்தர் நாடும் சேர்ந்து ஒரு நாடான காரணத்தால் சோழநாடு, பெரிய நாடானது. அங்கே அந்தணர் சிறப்பாக வாழ்ந்தனர். அறங்கள் அனைத்தும் சிறந்து விளங்கின. சோழனின் அரசவையானது இந்திரனின் அரசவையைப்போல் சிறப்புடன் விளங்கியது.

வேளாண் குடிகள்தம் சிறப்பு

ஆழித் தேவர் கடலானார் அல்லாத் தேவர் அம்பலத்தார்
ஊழித் தேவர்தாம் கூடி உலகம் காக்க வல்லாரோ
வாழித் தேவர் திருமக்கள் வையம் புரக்கும் பெருக்காளர்
மேழித் தேவர் பெருமைக்கு வேறே தேவர்கூறேனே. 7

ஆழித் தேவர் என்பவர் திருமால். சக்கரத்தைக் கையில் தாங்கிய திருமால் பாற்கடலில் பள்ளிகொண்டுள்ளான். அல்லாத் தேவர்

என்பவர் சிவன். சிவன், தில்லையம்பலத்தில் ஆடுகிறான். ஒருவர் உறங்குகிறார், இன்னொருவர் நடனம் ஆடுகிறார். இந்த இரண்டு தேவர்களும் மக்களைப் பற்றிக் கவலைப்படாத காரணத்தால், ஊழித்தேவர் என்னும் மக்கள் வாழும் இந்த உலகத்தைக் காக்கும் வல்லமை கொண்டவர் யார் என்று பிற தேவர்கள் அனைவரும் கூடி ஆலோசனை நடத்தினர். அந்த ஆலோசனையின் பயனாக இந்த உலகத்திலுள்ள மக்கள் எல்லோருக்கும் உணவு கொடுக்கும் வேளாண்மைத் தொழிலைச் செய்வோர்தான் தேவர் என்று போற்றத்தக்கவர். அவர்களை மேழித் தேவர் என்று போற்றுகின்றனர். மேழி என்பது கலப்பையைக் குறிக்கும். பெருக்காளர் என்பது வெள்ளப்பெருக்கை அணை கட்டி அதனை ஆளும் வல்லமை கொண்ட வேளாண்மை செய்யும் மக்களைக் குறிக்கும்.

வேளாளர் சிறப்பு

தொழுங்குலத்தில் பிறந்தால் என், சுடர் முடிமன்னவர் ஆகி
எழுங்குலத்தில் பிறந்தால் என், இவர்க்குப் பின் வணிகர் எனும்
செழுங்குலத்தில் பிறந்தால் என், சிறப்புடையர் ஆனால் என்
உழுங்குலத்தில் பிறந்தாரே உலகுய்யப் பிறந்தாரே. 8

தொழுது வாழும் அந்தணர் குலத்தில் பிறந்தால் என்ன? முடிசூட்டிக் கொள்ளும் மன்னவர் குலத்தில் பிறந்தால் என்ன? வணிகர் குலத்தில் பிறந்தால் என்ன? வேறு வகையில் சிறப்புடையவராய்ப் பிறந்தால் என்ன? இவர்கள் எல்லோரையும்விட, நிலத்தை உழுது பயிர்செய்து உணவினைக் கொடுக்கும் உழவர் குலத்தில் பிறந்தவர்களே இந்த உலகம் சிறப்பாக வாழ்வதற்குப் பிறந்தோர் ஆவர்.

முதலில் படைக்கப்பட்ட வேளாளர்

அழுங் குழவிக்கு அன்புடைய தாயே போல் அனைத்து உயிர்க்கும்
எழுங் கருணைப் பெருக்காளர் எளியரோ யாம் புகழ!
உழுங் கொழுவில் கருவீறி உலக முதல் கருவாகச்
செழுங் கமலத்து அயன் இவரைச் செய்து உலகம் செய்வானேல். 9

பசியால் அழுகிற குழந்தைக்கு அன்பாகப் பாலூட்டும் அன்னையைப் போல, உணவுக்காக அழுகிற உலக மக்களுக்கு, உழுது உணவளிக்கும் உழவர் பெருமையை என்னால் புகழ இயலாது. அந்த அளவிற்குப் பெருமை வாய்ந்தது. இந்த உலகத்தை அயன்

என்னும் பிரம்மன் படைத்த வேளையில், முதலில் இந்த உழவரைப் படைத்த பின்னால்தான் பிற குடியினரைப் படைத்தான். ஏனென்றால், பிரம்மனால் படைக்கப்படும் எல்லா உயிர்களுக்கும், கலப்பையின் கொழுவைக்கொண்டு நிலத்தை உழுது அதில் பயிர்களைக் கருவடையச் செய்து தானியங்களை வழங்கும் கருணைத் தொழிலை வேளாண்மை செய்பவன் செய்கிறான்.

நிகரில்லா வேளாளர்

வேதியர்தம் உயர்குலமும் விறல்வேந்தர் பெருங்குலமும்
நீதி வளம் படைத்து உடைய நிதிவணிகர்தம் குலமும்
சாதி வளம் படைத்து உடையதாய் அனைய காராளர்
கோதில் குலந்தனக்கு நிகருண்டாகில் கூறீரே! 10

வேதியர் தங்கள் குலத்தை உயர்ந்த குலம் என்று கருதுகின்றனர். வேந்தர்கள் தங்கள் குலத்தை உயர்ந்தது என்று கருதுகின்றனர். நிதியைப் பெற்று நீதி தவறாமல் வணிகம் செய்யும் வணிகர் குலமும் தங்கள் குலத்தை உயர்ந்தது எனக் கருதுகின்றனர். இப்படி வகுக்கப்பட்டுள்ள சாதி முறையில் நான்காவதாக அமைந்துள்ள காராளர் என்னும் வேளாளர் குலம்தான் பிற மூன்று குலத்திற்கும் உணவு வழங்கும் குலமாக இருக்கின்ற காரணத்தால் இந்த வேளாண் தொழில் செய்வோருக்கு இணையாக வேறொரு குலத்தைச் சொல்ல முடியும் என்றால் சொல்லுங்கள்.

கார் என்பது மேகத்தைக் குறிக்கும். கார்மேகம் பொழியும் மழை வெள்ளத்தை அணைகளில் தேக்கி அவற்றை ஆறாகப் பாயச் செய்து வாய்க்கால் வழியாகச் சுருக்கி வயல்களில் பாய்த்து வேளாண்மை செய்பவர்கள் வேளாளர்கள். மழை வெள்ளத்தை ஆளும் இந்தத் தன்மையால் வேளாளரைக் காராளர் என்றும் போற்றுகிறோம்.

ஏர் எழுபது

1

உழவிற்கு இனிய நாள்கோடலின் சிறப்பு

சீர்மங்கலம் பொழியும் தெண்திரை நீர்க்கடல் புடைசூழ்
பார்மங்கலம் பொழியும் பல்லுயிரும் செழித்தோங்கும்
கார்மங்கலம் பொழியும் பருவத்தே காராளர்
ஏர்மங்கலம் பொழிய இனிது உழநாள் கொண்டிடினே!

சிறப்புகள் நிறைந்த கடல் சூழ்ந்த உலகத்தில் எல்லோரும் எல்லாமும் பெற்று வாழும் வகையில் நல்ல மழை பெய்யும் காலத்தில், காராளர் என்னும் வேளாளர் ஏர் உழவுக்கு நல்லநாள் குறித்துக்கொண்டு உழவுத் தொழிலைத் தொடங்குவார்கள்.

2

ஏர் விழாச் சிறப்பு

நீர்விழாக் கொள வளர்ந்த நிலம் எல்லாம் தம்முடைய
சீர்விழாக் கொள விளக்கும் திருவிழாப் பெருக்காளர்
ஏர்விழாக் கொளின் அன்றி எறுழ் கரி, தேர், மாப் படையால்
போர்விழாக் கொளமாட்டார் பேர்வேந்தர் ஆனோரே.

நல்ல மழை பெய்தால் மக்கள் நீர் விழாக் கொண்டாடுவார்கள். அப்படி நீர் நிறைந்தால் நிலம், சிறக்கும் விதத்தில் வேளாண்மைத் தொழிலில் ஈடுபடுவோர் திருவிழாவைப்போல் ஏர் விழாவைக் கொண்டாடுவார்கள். அப்படி ஏர் விழாக் கொண்டாடி உழுது பயிர் செய்யவில்லை என்றால் மன்னர்களால் போரினை நடத்த முடியாது. வலிமைமிக்க யானைப் படை, தேர்ப் படை, குதிரைப் படை, ஆள் படை இருந்தாலும் ஏர் விழா நடைபெறவில்லை என்றால் போர் விழா நடைபெறாது.

3

அலப்படைச் சிறப்பு

குடையாளும் முடிவேந்தர் கொலை யானை தேர் புரவி
படையாளும் இவைநான்கும் படைத்து உடையரானால் என்
மடை வாளை வரும் பொன்னி வளநாடர் தங்கள் அலப்
படை வாளைக் கொண்டு அன்றிப் பகை அறுக்கமாட்டாரே!

உழவுத்தொழிலுக்குப் பயன்படும் படைவீரருக்குப் பயன்படாத அலப்படை என்னும் கலப்பை கொண்டு நிலத்தை உழவு செய்யவில்லை என்றால், யானைப் படை, தேர்ப் படை, குதிரைப் படை, காலாள் படை என்னும் நான்குவகைப் போர்ப் படைகளையும் ஒரு மன்னன் கொண்டிருந்தாலும் அதனால் பயன் எதுவும் இல்லை. உழவுத்தொழில் சிறந்தோங்கும் நாடு, பொன்னி ஆறு பாயும் சோழநாடு. எனவே, பொன்னி நாட்டில் உழவுத்தொழில் நடைபெறவில்லை என்றால் மன்னனும் அவனது படை வீரர்களும் வாழமாட்டார்கள் என்று பாடியுள்ளார்.

♈

அலப்படை – வாள் போன்று இருப்பது. ஆனால், அது போர்ப் படை வாள் அல்ல. கலப்பையின் கீழ் நுனிப் பகுதியில் பொருத்தி வைக்கப்பட்டிருக்கும் இரும்பு வாள் போன்ற அமைப்பு.

4

மேழிச் சிறப்பு

வாழி நான்மறையோர்கள் வளர்க்கின்ற வேள்விகளும்
ஆழியால் உலகளிக்கும் அடல்வேந்தர் பெருந்திருவும்
ஊழி பேரினும் பெயரா உரையுடைய பெருக்காளர்
மேழியால் விளைவதல்லால் வேறொன்றால் விளையாவே.

நான்கு வேதப்பொருள்களில் வல்லவர்களான அந்தணர்கள் வேள்வி வளர்க்கிறார்கள். கடல் சூழ்ந்த உலகத்தை ஆளும் மன்னர்கள் பேரளவில் செல்வத்தைச் சேர்த்து வைத்திருக்கிறார்கள். இவை எல்லாம் உயர்வுதான். ஆனால், இவற்றால் இன்னோர் உயிரை வாழவைக்க முடியாது. இந்த உலகத்தில் கடல்கோள் முதலியவற்றால் நிலைமாற்றம் ஏற்பட்டாலும் சொன்ன சொல்லில் மாறாத இயல்புடைய வேளாண் பெருமக்கள், செய்யும் உழவுத் தொழிலால் விளையும் உணவுப் பொருளைப்போல் எதையும் உருவாக்கிட இயலாது.

♈

மேழி – கலப்பை.

5

ஊற்றாணிச் சிறப்பு

நீற்றோனும் மலரோனும் நெடியோனும் என்கின்ற
தோற்றாளர் இவராலே தொல்லுலகம் நிலைபெறுமோ
மாற்றாத காவேரி வளநாடர் உழுங்கலப்பை
ஊற்றாணி உளதாயின் உலகுநிலை குலையாதே!

திருநீற்றைப் பூசியவன் சிவன். தாமரை மலரில் வீற்றிருப்பவன் பிரம்மன். நீண்ட உருவம் தாங்கி இந்த உலகத்தை அளந்தவன் திருமால். இந்த மூன்று கடவுளரால் உலகம் நிலைபெற்றிருக்கிறதா என்றால், இல்லை என்பதுதான் பதில். அப்படியென்றால் இந்த உலகம் நிலைபெற்றிருப்பதற்கு எது காரணம் தெரியுமா? காவிரி வளநாடர் என்னும் பெருமைபெற்ற உழவர்கள், உழும் கலப்பையில் இருக்கும் ஊற்றாணி என்னும் ஆணி உறுதியாக இருந்து கலப்பையை உழவுத்தொழிலுக்குப் பயன்படுத்தச் செய்யவேண்டும். அப்படி உழவுத்தொழில் நடந்தால்தான் இந்த உலகில் மக்கள் உயிர் வாழமுடியும். வண்டி, நிலைகுலையாமல் செல்லவேண்டும் என்றால் அதற்கு அச்சாணி வேண்டும். அதைப்போல் உலகம் நிலைகுலையாமல் இயங்குவதற்குக் கலப்பையின் ஊற்றாணி வேண்டும்.

Y

ஊற்றாணி – ஊற்றம் என்றால் வலிமை என்று பொருள். வலிமையான ஆணி என்று பொருள். கலப்பையையும் அலப்படை என்னும் வாளினையும் பொருத்திப் படித்துக்கொண்டிருக்கும் வலிமையான ஆணி என்று இதற்குப் பொருள்.

6

நுகத்தின் சிறப்பு

உரையேற்ற செங்கதிரோன் ஒளிநெடுந்தேர் பூண்ட நுகம்
திரையேற்ற கடல் உலகில் செறிஇருளை மாற்றுவது!
விரையேற்ற இருநிலத்தோர் வறுமையோடு வீழாமே
கரையேற்றும் நுகமன்றோ காராளர் உழுநுகமே!

புகழ்மிக்க கதிரவன் ஒளிபொருந்திய தேரில் ஏறி வருவான். அந்தத் தேரில் பூட்டப்பட்டிருக்கும் குதிரைகளை இணைப்பதற்கு நுகம் என்னும் கட்டைப் பகுதி இருக்கும். அந்த நுகம்கொண்ட தேரில் வரும் சூரியன், இந்தக் கடல் சூழ்ந்த உலகிலுள்ள இருளை அகற்றுவான். இந்த உலகத்தில் வாழும் மக்கள் அனைவரும் வறுமை என்னும் கொடிய இருளில் வீழ்ந்துவிடாமல் காப்பது வேளாண் குடிமக்கள் பயன்படுத்தும் கலப்பையில் கட்டப்பட்டுள்ள மாடுகளை இணைக்கும் நுகம் ஆகும்.

♈

நுகம் – ஏரில் பூட்டப்படும் இரண்டு காளைகளுக்கும் பொதுவாக மேலே அமைந்திருக்கும் மரத்தடி. இதன் இரண்டு பக்கத்திலும் காளைகளைப் பொருத்திக் கயிற்றால் கட்டி அவற்றை உழவுக்குப் பயன்படுத்துவர்.

7

நுகத்துளைச் சிறப்பு

வளைத்த திரைக்கடல் சூழ்ந்த வையகத்தோர் எல்லார்க்கும்
துளைத்த துளை பசும்பொன்னின் அணி கிடக்கும் துணைத்து அல்லால்
திளைத்து வரும் செழும்பொன்னி திருநாடர் உழுநுகத்தில்
துளைத்த துளைபோல் உதவும் துளை உளதோ சொல்லீரே!

கடலால் சூழப்பட்ட இந்த உலகத்தில் வாழ்வோர் தங்கள் காதுகளில் துளை போட்டிருப்பார்கள். அந்தக் காது துளைகளினால் பொன்னால் ஆன அணிகலனை அணிந்துகொள்ள முடியும். அவ்வளவுதான். ஆனால், காவிரி நாடர் என்னும் உழவர்கள், உழவுக்குப் பயன்படும் நுகத்தின் இரண்டு பக்கத்திலும் உள்ள துளைதான் காளைகளை நுகத்தைவிட்டு விலகாமல் தடுத்து, எல்லோரும் உழவுத் தொழிலால் பெறும் தானியத்தைப் பெற உதவுகின்றன. எனவே, மனிதரின் காதுகளில் உள்ள துளையை விடவும் நுகத்தில் உள்ள துளைகளே பெருமை வாய்ந்தவை ஆகும்.

♈

துளை – துவாரம்.

8
நுகத்து ஆணியின் சிறப்பு

ஓராணித் தேரினுக்கும் உலகங்கள் அனைத்தினுக்கும்
பேராணிப் பெருக்காளர் பெருமைக்கு நிகருண்டோ?
காராணிக் காவேரி வளநாடர் உழுநுகத்தின்
சீராணிக்கு ஒப்பது ஒரு சிறந்தாணி செப்பீரே!

ஒற்றைச் சக்கரத்தைத் தாங்கிய தேரில் ஓர் அச்சாணி மட்டுமே உண்டு. அந்த ஒற்றைச் சக்கரத் தேரில் சூரியன் வந்து இந்த உலகத்திற்கு ஒளி கொடுக்கிறான் என்பது பெருமைதான். ஆனால், அந்த ஒற்றை ஆணியை விடவும், காவிரி வளநாடர் என்னும் உழவர்களின் உழவுத்தொழிலுக்கு உதவும் கலப்பையின் மேல் உள்ள நுகத்தின் இரண்டு பக்கத்திலும் பூட்டப்படும் கயிறானது விலகாமல் காத்து நிற்கும் இரண்டு ஆணிக்கு இணையாக வேறு எந்த ஆணியையும் சொல்ல முடியாது.

☘

நுகத்து ஆணி – கலப்பையில் மாட்டினைப் பிணைத்திருக்கும் நுகத்தின் இரண்டு பக்கத்திலும் உள்ள துளையில் மாட்டப்பட்டிருக்கும் ஆணி.

9

பூட்டாங் கயிற்றின் சிறப்பு

நாட்டுகின்ற சோதிடத்தில் நாண்பொருத்தம் நாள்பொருத்தம்
காட்டுகின்ற கயிறிரண்டும் கயிறல்ல கடல்புவியில்
தீட்டு புகழ்ப் பெருக்காளர் செழுநுகத்தோடு உழும் பகடு
பூட்டுகின்ற கயிறிரண்டும் புவிமகள் மங்கலக்கயிறே!

சோதிடர்கள் தாலிப் பொருத்தமும் நாள் பொருத்தமும் பார்ப்பதற்கு ஏட்டில் கயிறு போட்டுப் பார்க்கும் வழக்கம் உள்ளது. அந்தக் கயிற்றுக்கு உள்ள பெருமையைவிடவும், கடல் சூழ்ந்த இந்த உலகத்தில் மிகுந்த புகழினைக்கொண்ட வேளாளர் பெருமக்கள் உழவுக்குப் பயன்படுத்தும் கலப்பையின் மேல்பகுதியில் உள்ள நுகத்துடன் காளைகளை இணைக்கும் கயிறே பெருமைகொண்ட கயிறாகும். அந்தக் கயிறானது இந்த நிலமகளின் மங்கலக் கயிற்றுக்கு இணையானது.

♈

பூட்டாங் கயிறு – பூட்டுவதற்கு ஆகும் கயிறு. காளையை நுகத்துடன் பூட்டுவதற்கு ஆகும் கயிறு.

10

கயிற்றின் தொடைச் சிறப்பு

தடுத்த நெடுவரையாலும் தடவரைகள் எட்டாலும்
உடுத்த திரைக்கடலாலும் உலகின் நிலை வலியாமோ?
எடுத்த புகழ்ப் பெருக்காளர் எழுநுகத்தோடு இணைப்பகடு
தொடுத்ததொடைநெகிழாதேல் உலகு தொடை நெகிழாதே.

இந்த உலகம் நிலையாக இருப்பதற்குக் காரணம் வானில் தவழும் மேகத்தைத் தடுக்கும் மலைகளா? என்றால் இல்லை என்று பதில் சொல்ல முடியும். இந்த உலகத்தில் உள்ள எட்டு மலைகள்தான் காரணமா? என்றால் இல்லை என்று பதில் சொல்ல முடியும். இந்த உலகத்தைச் சூழ்ந்திருக்கும் கடல்தான் காரணமா? என்றால் இல்லை என்று பதில் சொல்ல முடியும். வேறு எதுதான் இந்த உலகத்தின் நிலைத்த தன்மைக்குக் காரணம் என்று கேட்டால் உழவர் பெருமக்கள் தங்கள் கலப்பையின்மேல் அமைத்துள்ள நுகத்தில் காளைகளைக் கட்டியிருக்கும் இரண்டு கயிறுகளும் அவிழாமல் உறுதியாக இருந்து உழவுத்தொழில் நடப்பதால்தான் இந்த உலகம் நிலையாக இருக்கிறது என்று எளிதில் பதில் சொல்லிவிட முடியும்.

♈

தொடை – தொடை என்றால் தொடுத்தல் என்று பொருள். மாட்டை நுகத்துடன் கட்டுவதற்குத் தொடுக்கும் கயிறு ஆகும். நம் உடலின் அரை என்னும் இடுப்புப் பகுதியில் தொடுக்கப்பட்டிருக்கும் தொடை இரண்டினைப்போல் இரண்டு கயிறுகள் நுகத்தின் இரண்டு பக்கத்திலும் மாடுகளைத் தொடுத்திருக்கின்றன - கட்டியிருக்கின்றன என்று பொருள்.

11
கொழுவின் சிறப்பு

வேதநூல் முதலாகி விளங்குகின்ற கலைஅனைத்தும்
ஓதுவார் எல்லாரும் உழுவார்தம் தலைக்கடைக்கே
கோதை வேல்மன்னவர்தம் குடைவளமும் கொழு வளமே
ஆதலால் இவர்பெருமை யார் உரைக்கவல்லாரே!

வேதம் முதலான புகழ்பெற்ற எல்லாக் கலைகளையும் கற்றவர்கள் எல்லோரும் புகழ்பெற்றவர்கள் என்றாலும் அவர்களும் உழவர்களின் பின்னவர்களாகவே கருதப்படுவார்கள். வெற்றி மாலை அணிந்த வேலைத் தாங்கும் மன்னவர்களின் வெண்கொற்றக் குடையும்கூடக் கலப்பையின் கொழுவினால் உலக மக்கள் பெறும் வளத்திற்கு இணையாகாது. எனவே, இந்த வேளாண் பெருமக்களின் பெருமையை எடுத்துரைக்கும் ஆற்றல் உள்ளவர் எவரும் இல்லை என்பேன்.

γ

கொழு – மரத்தால் உருவாக்கப்படும் கூர்மையான அடிப்பகுதி. இரும்பால் செய்யப்பட்ட பகுதியைப் பொருத்தும் இடம்.

12

கொழுஆணியின் சிறப்பு

செழுவான மழைவாரி திங்கள்தொறும் பொழிந்தாலும்
கெழுவார நிலமடந்தை கீழ்நீர் கொண்டு எழுந்தாலும்
வழுவாத காவேரி வளநாடர் உழுகலப்பைக்
கொழுஆணி கொண்டுஅன்றிக் குவலயம் சீர்நிரம்பாதே!

செழிப்பை வழங்கும் மழை என்னும் செல்வமானது மாதந்தோறும் பெய்தாலும், உரிமையுடைய நிலத்தாய் இந்தப் பூமியில் வாழும் மக்களிடம் கொண்டுள்ள அன்புபோல், நிலத்தடி நீர்ப் பொங்கினாலும், உலக மக்களுக்கு வளம் வந்து சேர்ந்துவிடாது. காவிரி பாயும் வளநாடர் எனப் போற்றப்படும் உழவர்களின் கலப்பையின் கொழுவைப் பொருத்தியிருக்கும் ஆணியின் பயனைக்கொண்டு உழவர்கள் உழுதொழிலைச் செய்தால் மட்டுமே இந்த உலக மக்கள் வளத்துடன் வாழமுடியும்.

♈

கொழுஆணி – கலப்பையின் கொழு என்னும் பகுதியைக் கலப்பையுடன் பொருத்தும் ஆணி. கலப்பையின் வளைந்த கொழுப்பகுதியையும் நுகத்தில் இணைத்துப் பொருத்தப்பட்டிருக்கும் கம்பினையும் இணைக்கும் ஆணி.

13

சிறுகோலின் சிறப்பு

வெங்கோபக் கலி கடந்த வேளாளர் விளைவயலுள்
பைங்கோல முடி திருந்த பார் வேந்தர் முடி திருந்தும்
பொங்கு ஓதை கடல் தானைப் போர்வேந்தர் நடத்தும் பெருஞ்
செங்கோலை நடத்தும் கோல் ஏர்அடிக்கும் சிறுகோலே!

கலிகாலத்தில் மனிதர்கள் கோபத்துடன் இருப்பார்கள். அந்தக் கலியினால் ஏற்படும் கோபத்தை வென்றவர்கள் வேளாண்மைத் தொழில் செய்பவர்கள். அவர்கள் வயலில் நடுவதற்கு வைத்திருக்கும் நாற்றின் முடி நன்றாக இருந்தால், இந்த உலகத்தை ஆளும் மன்னவனின் மகுடம் நன்றாக நிலைத்திருக்கும். ஒலிக்கின்ற அலையை உடைய கடல்போல் பெரிய படைகளைக் கொண்ட வேந்தர்கள் தங்கள் நேர்மையான ஆட்சிக்கு அடையாளமாக வைத்திருக்கும் செங்கோலை, ஏர் அடிக்கும் உழவன் கையில் வைத்திருக்கும் சிறிய கம்புடன் ஒப்பிட்டுப் பார்த்தால் அந்தச் சிறிய கோல்தான் உயர்வுடையதாகும். ஏனென்றால், செங்கோல் மன்னவரால் நல்லாட்சியைத் தரமுடியும். ஆனால், சிறிய கம்பின் உதவியினால் ஏர் நடத்தும் உழவனால்தான் இந்த உலகத்தில் உள்ளோர் உயிர் வாழ்வதற்குத் தேவையான உணவினைத் தரமுடியும்.

♈

சிறு கோல் – சாட்டையுடன் கூடிய கம்பு.

14

உழும் எருதின் சிறப்பு

வானமழை பொழிந்தாலும் வளம்படுவது எவராலே
ஞானமறையவர் வேள்வி நலம்பெறுவது எவராலே
சேனைகொடு பொருமன்னர் செருக்களத்தில் செகுக்கு மத
யானைவலி எவராலே இவர் எருத்தின் வலியாலே.

பருவம் தவறாமல் மழை பொழிந்தாலும் மண் யாரால் வளம் பெறுகிறது? வேள்வியைச் செய்வது மறையவர் என்றாலும் அந்த வேள்விக்குரிய பொருள்கள் கிடைப்பது யாரால்? பெரிய படையைக் கொண்ட மன்னர் போர்க்களத்தில் யானைப் படைகொண்டு போரிடுவதற்கு வலிமை இருந்தாலும் அந்தப் படைக்குத் தேவையானவை கிடைப்பது யாரால்? இத்தனை கேள்விக்கும் ஒரே பதில், உழும் உழவரின் கலப்பையை இழுக்கும் காளையினால் என்பதுதான் அந்தப் பதில்.

♈

எருது - காளை

15

எருதின் கழுத்துக்கறைச் சிறப்பு

கண்நுதலோன் தனது திருக்கண்டத்தில் படிந்த கறை
விண்ணவரை அமுதூட்டி விளங்குகின்ற கறை என்பார்
மண்ணவரை அமுதூட்டி வான் உலகம் காப்பதுவும்
எண்ணருஞ் சீர்ப்பெருக்காளர் எருது சுவலிடு கறையே.

நெற்றிக்கண்ணைக் கொண்டவன் சிவன். அவன் பாற்கடலில் தோன்றிய நஞ்சினைத் தனது கழுத்தில் அடக்கியதால் கறை தோன்றியது. அவ்வாறு, நஞ்சினை அவன் தாங்கிக்கொண்ட காரணத்தால்தான் தேவர்கள் அமிழ்தம் உண்ண முடிந்தது. அந்தக் கறை விண்ணவர்க்கு அமுது வழங்கியதைப்போல், எண்ணற்ற பெருமைகொண்ட உழவரின் உழவுத்தொழிலுக்குப் பயன்படும் காளையின் கழுத்தில் கலப்பையின் நுகம் பட்டதால் ஏற்பட்ட கறையானது இந்த மண்ணவர்க்கு எல்லாம் அமுதம் எனப்படும் உணவினை வழங்குகிறது.

16

எருது பூட்டுதல் சிறப்பு

ஊட்டுவார் பிறர் உளரோ உலகுதனில் உழுபகடு
பூட்டுவார் புகழ் அன்றிப் பிறர்புகழும் புகழாமோ
நாட்டுவார் சயத் துவசம் நயப்பாரை இவர்க்கு நிகர்
காட்டுவார் யார்கொல் இந்தக் கடல் சூழ்ந்த வையகத்தே.

இந்த உலகத்திலுள்ள எல்லா உயிர்களுக்கும் உணவினை வழங்குபவர் உழவர். அந்த உழவர்கள் காளையைக் கலப்பையில் பூட்டி ஏர் உழுகின்றனர். அவ்வாறு செய்யும் உழவுத் தொழிலால் எல்லோருக்கும் உணவு வழங்கிப் புகழ்பெற்று விளங்குகிறார்கள். அவர்களின் புகழுக்கு இணையாக எவர் புகழையும் சொல்ல இயலாது. கடலால் சூழப்பட்ட இந்த உலகத்தில் பகை மன்னரை வென்று வெற்றிக்கொடி பறக்கவிடும் மன்னர்களின் புகழ்கூட, இந்த உழவர்களின் புகழுக்கு இணையானது ஆகாது.

γ

எருது பூட்டுதல் - கலப்பையின் நுகத்தில் எருதினை இரண்டு பக்கத்திலும் பிணைத்தல்.

17

ஏர் பூட்டலின் சிறப்பு

பார் பூட்டும் திசை அனைத்தும் பகடுகளும் பரம் பூணா,
போர் பூட்டும் காமனும் தன் பொருசிலை மேல் சரம் பூட்டான்,
கார் பூட்டும் கொடைத் தடக்கை காவேரி வளநாடர்
ஏர் பூட்டின் அல்லது மற்று இரவியும் தேர் பூட்டானே!

இந்த உலகத்தில் எட்டுத் திசைகள் உள்ளன. அந்த எட்டுத்திசையிலும் எட்டு யானைகள் பூமியின் பாரத்தைத் தாங்கிக் கொண்டிருக்கின்றன என நம்பப்படுகிறது. காவரி பாயும் சோழ வள நாடராகிய உழவர்கள் ஏர் பூட்டி உழவுத்தொழில் செய்து விளைச்சலைச் செய்யவில்லை என்றால், அந்தத் திசை யானைகளால் பூமியின் பாரத்தைத் தாங்க இயலாது. காமன்கூட, காதல் செய்வதற்கு வசதியாகத் தனது கரும்பு வில்லைப் பூட்டி, மலர் அம்பு விடமாட்டான்.

♈

ஏர் பூட்டல் – கலப்பையின் நீண்ட பகுதியை நுகத்தின் நடுப்பகுதியில் கட்டுதல்.

18

ஏர் ஓட்டுதலின் சிறப்பு

கார் நடக்கும்படி நடக்கும் காராளர் தம்முடைய
ஏர் நடக்கும் எனில் புகழ்சால் இயல் இசை நாடகம் நடக்கும்
சீர் நடக்கும் திறம் நடக்கும் திருவறத்தின் செயல் நடக்கும்
பார் நடக்கும் படை நடக்கும் பசி நடக்கமாட்டாதே!

நல்ல மழை பெய்தபின் வேளாண்மைத் தொழில் செய்வோர், வயலில் ஏர் பூட்டி உழவுத்தொழில் செய்தால்தான் இயல் இசை நாடகம் என்னும் முத்தமிழ்க் கலைகளும் இந்த நாட்டில் நடைபெறும். சிறப்பும் இந்த நாட்டில் ஏற்படும். பல வகையான திறமைகளைக் கொண்டோர் தங்கள் திறமைகள் வெளிப்படும்படியாகத் தொழில் செய்வார்கள். அறச்செயல்கள் நடைபெறும். இந்த உலகத்தில் வாழ்க்கைச் சிறப்பாக நடைபெறும். பகைவரை வெல்லுவதற்காக மன்னர்கள் தங்கள் படையெடுப்பை நடத்துவார்கள். இவையெல்லாம் முறையாக நடைபெறும். ஏர்த்தொழில் சிறந்த முறையில் நடைபெற்றால் நாட்டில் எங்கும் பசி மட்டும் இருக்கவே இருக்காது.

♈

ஏர் ஓட்டுதல் – கலப்பையைப் பூட்டி வயலில் ஏர் ஓட்டி உழவுத் தொழில் செய்தல்.

19

உழுவோனின் சிறப்பு

உழுதுண்டு வாழ்வாரே வாழ்வார் மற்று எல்லாரும்
தொழுதுண்டு பின்செல்வார் என்றே இத்தொல் உலகில்
எழுதுண்ட மறையன்றோ! இவருடனே இயலும் இது
பழுதுண்டோ கடல் சூழ்ந்த பார் இடத்தில் பிறந்தோர்க்கே?

இந்த உலகத்தில் நல்ல வாழ்க்கைக்குரிய தொழில் செய்பவர் யார் என்றால் உழவுத் தொழில் செய்பவர் மட்டுமே. பிற தொழில்களைச் செய்வோர் எல்லாம் உழவுத்தொழில் செய்வோரை வணங்கிப் பொருள் பெற்று உண்ணும் நிலையில், அவருக்குப் பின்னால் நிற்போர் ஆவர் என்பது இந்த உலகத்தில் எழுதப்பட்ட திருக்குறள் சொன்ன கருத்தாகும். இது வேதம் போன்றது. உழவருடன்தான் இந்த உலகத்தில் உள்ளோர் வாழமுடியும். அப்படி உழவருடன் பொருந்தி வாழ்ந்தால் கடல் சூழ்ந்த இந்த உலகத்தில் வாழ்வோர்க்கு எந்தக் குறையும் ஏற்படாது.

♈

உழுவோன் – உழவுத் தொழில் செய்பவன்.

20

உழவின் சிறப்பு

அலகிலா மறை விளங்கும், அந்தணர் ஆகுதி விளங்கும்,
பலகலையாம் தொகை விளங்கும், பாவலர் தம் பா விளங்கும்,
மலர்குலாம் திரு விளங்கும், மழை விளங்கும், மனு விளங்கும்,
உலகெலாம் ஒளி விளங்கும், உழவர் உழும் உழவாலே.

உழவர் செய்யும் உழவுத்தொழில் சிறப்பாக நடைபெற்றால் இந்த உலகத்தில் வேதம் சிறப்புற்று விளங்கும், அந்தணர் செய்யும் வேள்வி விளங்கும், பல கலைகளை வளர்க்கும் கலைஞர்களால் எல்லாக் கலைகளும் விளங்கும், பாக்களை இயற்றும் பாவலர் தொழில் புகழ்பெற்று விளங்கும், தாமரை மலரில் வீற்றிருக்கும் திருமகள் வழங்கும் செல்வம் விளங்கும், மழையும் புகழுடன் விளங்கும், உலகத்தில் மக்கள் எல்லோரும் விளங்குவர், உலகம் முழுவதும் புகழ் விளங்கும்.

༡

உழவு - உழவுத் தொழில்.

21

உழுத சாலின் சிறப்பு

பழுது சால்வகை அறியாப் பழமறையோர் பெருவேள்விக்கு
உழுது சால்வது கலப்பை உயர்வானது என்றக்கால்
எழுது சால்பெருங் கீர்த்தியோர் ஆளும் பெருக்காளர்
உழுத சால்வழி அன்றி உலகு வழி அறியாதே!

பழமையான தமிழ் மறையின்படி வேள்வி செய்வதற்கான களத்தை உழுது பக்குவப்படுத்தி வழங்கும் கலப்பை உயர்வானது என்று உணர்ந்த புலவர்கள் உழவுத் தொழிலின் பெருமையை எழுத்தில் வடித்தனர். நீரையும் நிலத்தையும் ஆளும் வேளாளர் உழுத சால் என்னும் தடத்தில் அல்லாமல், வேறு எந்தத் தடத்தாலும் இந்த உலகோர் வாழும் வழியை அறிய மாட்டார்கள்.

♈

உழுத சால் – உழுத தடம்.

22

மண்வெட்டியின் சிறப்பு

மட்டு இருக்கும் திருமாது, மகிழ்ந்து இருக்கும் பூமாது,
முட்டு இருக்கும் செயமாது, முன் இருப்பார் முதுநிலத்து
விட்டு இருக்கும் கலி தொலைத்து வேளாளர் தடக்கையினில்
கொட்டு இருக்க ஒரு நாளும் குறை இருக்கமாட்டாதே!

தேன் நிறைந்த பூவில் இருக்கும் திருமகளும் வெள்ளைத் தாமரையில் மகிழ்ந்து இருக்கும் கலைமகளும், படைகளை முட்டச் செய்து வெற்றி அருளும் செயமாது என்னும் மலைமகளும் பெருமை உடையவர்கள்தாம். ஆனால், அவர்களுக்கும் முன்னால் இருப்பவர்கள் யார் என்றால், இந்தப் பழமையான உலகத்தில் வாழும் மக்களின் பசியைப் போக்கும் உழவுத் தொழில் செய்யும் வேளாளர் ஆவர். அந்த வேளாளரின் கையிலிருக்கும் மண்வெட்டியானது மண்ணை வெட்டி வேறிடத்தில் கொட்டி நிரப்பினால் இந்த உலகத்தில் ஒருநாளும் குறைவு ஏற்படாது.

திருமகள், கலைமகள், மலைமகள் என்னும் மூவரால் இந்த உலகமக்கள் குறைவில்லாமல் வாழவில்லை, உழவர்களின் உழைப்பினால்தான் குறைவில்லாமல் வாழ்கிறார்கள்.

♈

கொட்டு – மண்வெட்டி (மண்ணை வெட்டி அள்ளும் மண்வெட்டி) கொட்டு என்பது மண்ணை வெட்டி, வேறிடத்தில் கொட்டுவது எனப் பொருள் தருகிறது. மேடான இடத்தில் வெட்டி, பள்ளமான இடத்தில் கொட்டி நிரப்புவது.

23

காடு திருத்துதல்

மேடுவெட்டி வளப்படுத்தி மெய்வரம்பு நிலைநிறுத்திக்
கோடு வெட்டிக் காராளர் குவலயத்தைக் காத்திலரேல்
பாடுவெட்டிக் குறும்பு அடக்கப் படைவேந்தர் அவர் விளைத்த
காடுவெட்டிப் பகை அறுத்துக் கலி களைய மாட்டாரே!

வேளாண்மைக்குப் பயன்படுத்தப்படாத காட்டு நிலங்களை வேளாண்மைக்கு ஏற்ற வகையில் பக்குவப்படுத்தி வேளாளர் அதற்கு வரப்பு அமைப்பர். இவ்வாறு புதிய நிலப்பகுதிகளை வேளாண்மைக்குப் பயன்படுத்தி அவர்கள் விளைச்சலைப் பெருக்குகிறார்கள். அவ்வாறு அவர்கள் இந்த உலகத்திற்கு உணவு வழங்கவில்லை என்றால் யாரும் உண்ண முடியாது. அதைப்போல் காடுகளில் மறைந்து வாழும் குறும்பர் முதலான பகைவர்களைத் திருத்தியோ அழித்தோ மன்னன் நாட்டைக் காக்கிறான்.

24

புழுதிச் சிறப்பு

எழுதொணா மறை விளங்கும் இயல் இசை நாடகம் விளங்கும்
பழுதிலா அறம் விளங்கும் பார்வேந்தர் முடி விளங்கும்
உழுது சால்பல போக்கி உழவர் உழக்கிய வெங்கால்
புழுதியால் விளையாத பொருள் உளவோ புகலுவீர்.

காடு திருத்திய உழவர்கள் அக்காட்டைப் புழுதிப் பறக்கும்படி தூளாக்குவர். அவ்வாறு புழுதி ஆக்கிய பின் விதைத்தால் அதில் விளையாத பொருள் ஏதாவது உண்டா? கிடையாது. அவ்வாறு விளைச்சல் பெருகினால்தான் வேதம் விளங்கும், இயல் இசை நாடகம் என்னும் முத்தமிழும் விளங்கும், குற்றமற்ற அறம் விளங்கும், வேந்தனின் கிரீடம் விளங்கும்.

25

வரப்பின் சிறப்பு

மெய் வரம்பா நிற்கின்ற வேதநூல் நெறி வரம்பாம்
இவ்வரம்பும் அவ்வரம்பும் இப்புவிக்கு வரம்பாமோ?
பொய் வரம்பு தவிர்த்து அருளும் புவிமடந்தை திருமைந்தர்
செய் வரம்பு திருத்தாரேல் திசை வரம்பு திருந்தாதே!

வாழ்வியலுக்குத் தேவையான ஒழுக்கநெறிகளைக் குறிக்கும் தமிழ் மறையானது, அறத்திற்கு எல்லை அமைத்துத் தருகிறது. இவ்வாறு தமிழ்மறை காட்டும் எல்லையும், பிற நூல்கள் உணர்த்தும் எல்லையும் இந்த உலகத்திற்கு எல்லையாக அமையாது. இவை எல்லாம் கண்ணுக்குப் புலப்படாத வரம்புகளை நமக்குக் காட்டுகின்றன. ஆனால், இந்த நிலமடந்தையின் மைந்தர் என்று போற்றப்படும் உழவர்கள், தங்களின் வயலுக்கு நான்கு பக்கத்திலும் அமைக்கப்பட்ட வரப்பினை வெட்டித் திருத்தவில்லை என்றால், வயலில், களையும் புல்லும் வளர்ந்து பயிரைக் கெடுக்கும். அப்படிக் களை வளர்ந்தால் விளைச்சல் பாதிக்கும். விளைச்சல் பாதித்தால் உலக மக்கள் ஒழுக்க வரம்பு மீறுவதற்கு வாய்ப்பு ஏற்பட்டுவிடும்.

૪

வரப்பு – வயலுக்கு நான்கு பக்கமும் எல்லையாக அமைக்கப்பட்டது.

26

எருவின் சிறப்பு

அடுத்து இறக்கிப் பெருங்கூடை அளவுபடவே எருவை
எடுத்து இறக்கித் தலைமேலே கொண்டு அவர்தாம் இடைஇடையே
கொடுத்து இறக்கி நிலமகளைக் கும்பிட்டு வணங்காரேல்
படுத்து இறக்கித் திரிவார்தம் பழி மறுக்கமாட்டாரே!

பெரிய கூடை அளவுள்ள இயற்கை உரத்தை வயலுக்குள் கொண்டு சென்று, போதிய இடைவெளிவிட்டு இறக்கிக் கொட்டிட வேண்டும். அப்படிக் கூடையில் உரத்தைச் சுமந்து கொண்டுபோய் வயலில் கொட்டி, பயிர்த் தொழிலுக்குத் துணைபுரியும் நிலத்தாயை வணங்கவில்லை என்றால், உண்டும் உறங்கியும் பொழுதைக் கழிக்கும் சோம்பேறிகளால் உருவாக்கப்படும் பழியைத் தடுத்திட இயலாது. உழைக்காத அந்தச் சோம்பேறிகளுக்கும் உழவர்களே உணவினை வழங்குகிறார்கள். சோம்பேறிகளைப்போல் உழவர்களும் நிலத்தில் உழவு செய்யாமல் இருந்தால் நிலத்தாய் நம்மைப் பார்த்து நகைப்பாள் என்னும் திருக்குறள் கருத்தை இந்தப் பாடலில் கம்பர் உணர்த்தியுள்ளார்.

இலமென்று அசைஇ இருப்பாரைக் காணின்
நிலமென்னும் நல்லாள் நகும். (குறள் 1040)

எரு – உரம்.

27

சேறு ஆக்கலின் சிறப்பு

**வெறுப்பதெல்லாம் பொய்யினையே! வேளாளர் மெய்யாக
ஒறுப்பதெல்லாம் கலியினையே! உள்ளத்தால் வெள்ளத்தால்
செறுப்பதெல்லாம் புல்லினையே! செய்யின் வளம்அறிந்து அறிந்து
மறிப்பதெல்லாம் சேற்றினையே! வளம்படுத்தல் பொருட்டாயே!**

நிலத்தைப் பண்படுத்தி விளைச்சலை உருவாக்கும் உழவர்கள் பொய்யை மட்டுமே வெறுப்பார்கள். உழவர்கள், வறுமையை மட்டுமே பகைப்பார்கள். வெள்ளம் பாய்வதைத் தடுக்கும் புல்லை மட்டுமே தடுப்பார்கள். வளமான நிலம் எதுவென அறிந்து சேற்றை அங்கும் இங்கும் மறித்து நிரவுவார்கள். இப்படி உழவர்கள் செய்வதெல்லாம் நிலத்தை வளப்படுத்தவே!

♈

சேறு – மண்ணைத் தண்ணீருடன் கலந்துகலந்து அதனைக் கூழ்போல் ஆக்குவதைச் சேறாக்குதல் என்றும், அதனைச் சேறு என்றும் குறிப்பிடுகிறோம். சாறு என்பது பழத்திலிருந்து பிரித்தெடுப்பதைப்போல் நிலத்திலிருந்து பிரித்தெடுப்பது சேறு. சேற்று நிலத்திற்குக் கீழே நிலம் உறுதியாகத்தான் இருக்கும்.

28

பரம்படித்தலின் சிறப்பு

வரம்பு அடிக்க மலர் பரப்பி வயல் அடிக்க வரம்புதொறும்
குரம்பு அடிக்க மணிகொழிக்கும்குலப்பொன்னித் திருநாடர்
பரம்பு அடிக்க உடைந்து அளைந்த பழனச் சேற்றுரம் அன்றி
உரம்பு அடிப்பப் பிறிதுண்டோ? உண்டாயின் உரையீரே!

காவிரி ஆறு இரண்டு கரை என்னும் வரம்புகளில் மோதி, மலரைத் தண்ணீரில் பரப்பியபடி வரும். அந்தத் தண்ணீர், குரம்பு என்னும் அணைகளில் மோதி வெளியேறி வயலில் நெல்மணிகளை விளைக்கும். இப்படிப்பட்ட பொன்னித் திருநாடர் எல்லையில் உள்ள வயல்களில் பரம்பு அடிப்பதால் வயலின் மேலே உள்ள தொளிக்கட்டிகள் உடைந்து தண்ணீரில் கலந்து சேறாகிச் சமமாகும். இந்தச் சேறே, உரமாகப் பயிருக்கு உதவும். இந்தச் சேற்றுரம் அல்லாமல் வேறு உரம் எதனையும் வயலுக்குப் போடவேண்டாம். அப்படிப் போடத் தகுந்த உரம் இருந்தால் சொல்லுங்கள்.

உழுத வயலில் உழவுச்சாலின் இரண்டு பக்கத்திலும் தொளிமண் கட்டியாகப் பெயர்ந்து நிற்கும். அதில் நீர்ப் பாய்ச்சியவுடன் அது இளகி நிற்கும். அதன்மேல் பரம்பு அடித்தால் சேறாகும். அந்தச் சேறே உரமாகும்.

♈

பரம்பு - உழுத வயலைச் சமப்படுத்துவதற்காக அமைக்கப்பட்ட பலகை. பரம் என்றால் மேலே என்று பொருள். உழுத வயலின் மேலாகச் சென்று சமப்படுத்துவதால் இது பரம்பு எனப்பட்டது.

29

விதைத்தலின் சிறப்பு

பத்தி விளைத்திடும் தெய்வம் பணிவார்க்கும் தற்பர்மா
முத்தி விளைத்திடு ஞான முதல்வருக்கும் இன்னமுதம்
வைத்து விளைத்திடுவார்க்கும் வல்லவர்க்கும் பெருக்காளர்
வித்து விளைத்திடல் அன்றி வேண்டுவன விளையாவே!

இந்த உலகத்தில் பக்தி நெறி செழிப்பதற்காகத் தெய்வத்தைப் பணிந்து வணங்குவோர்க்கும், வீடுபேற்றை நோக்கமாகக் கொண்டு தவம் செய்யும் ஞானியர்க்கும், யோக நிலையில் இனிய அமுதம் உண்டு வாழும் தேவர்களுக்கும், ஐம்புலனையும் அடக்கி எடுத்த செயலில் வெற்றிபெறும் வல்லமை கொண்டோர்க்கும் உணவை வழங்குவோர் உழவர்கள். எனவே, நீரைப் பெருக்கி அதனைப் பயன்படுத்தும் திறன்வாய்ந்த வேளாளர் வித்தினை விதைக்கவில்லை என்றால் எவரும் வாழமுடியாது.

பக்தி விளையவேண்டும் என்றாலும் முக்தி விளையவேண்டும் என்றாலும் யோகம் விளையவேண்டும் என்றாலும் வல்லமை காட்டவேண்டும் என்றாலும் வேளாண்மையே அடிப்படை.

ϒ

பத்தி – பக்தி, முத்தி – முக்தி, வித்து - விதை.

30

நாற்று முளை

திறை மயங்காது அருள்விளங்கும் செயல் மயங்காத் திறல்வேந்தர் நிறை மயங்கா அணி கேசர் நிலைமயங்கா அந்தணர்கள் மறை மயங்காது ஒரு நாளும் மனு மயங்காது உலகத்தின் முறை மயங்காதவர் வயலின் முளை மயங்காத் திறத்தாலே.

முறை மாறாமல் திறைப் பணத்தைப் பெற்று, சிற்றரசர்களுக்கு அருள் வழங்குபவர்கள் வெற்றி வேந்தர்கள். மனநிறைவு பெற்ற நிலையில் மாறாமல் அழகிய குடுமியைத் தாங்கியோர் அந்தணர்கள். இந்த அரசருக்குத் திறைப் பணம் என்னும் வரிப்பணம் தவறாமல் கிடைக்கவேண்டும் என்றாலும், அந்தணர்கள் மனநிறைவுடன் இறைப்பணியைச் செய்யவேண்டும் என்றாலும், ஒருநாள்கூடத் தவறாமல் வேதம் ஒலிக்கவேண்டும் என்றாலும், அறச் செயல்கள் நாள்தோறும் தவறாமல் நடைபெறவேண்டும் என்றாலும், இந்த உலகத்தில் உழவுத்தொழில் செய்வோர் விதைத்த விதையிலிருந்து முளைதோன்றி வளரவேண்டும். அவ்வாறு விதைத்தது முளைக்கவில்லை என்றால் மேற்கூறியவை எதுவும் முறையாக நடைபெறாது.

31

நாற்றங்கால்

ஏறு வளர்த்திடும் முகிலும் இசை வளர்க்கும் என உரைப்பின்
ஆறு வளர்த்திடுவது சென்று அலைகடலைத் தான் அன்றோ?
வேறு வளர்ப்பன கிடப்ப, வேளாளர் விளைவயலின்
நாறு வளர்த்திடல் இன்றி ஞாலம் உயிர் வளராதே!

எருதினைப்போல் மேகம் திரண்டு வந்து மழையாகப் பொழிந்தால் இந்த நாட்டின் வளம் பெருகிப் புகழ் வளரும். மழைப் பொழிந்தால், ஆறுகளில் நீர்ப் பெருக்கெடுத்து ஓடும். அவ்வாறு ஆறுகளில் நீர்ப் பெருக்கெடுத்தால், கடலில் சேர்ந்து கடல் வளம்பெறும். இதற்கு மேலும், எவையெவை எல்லாம் வளம்பெறும் என்று சொல்லுவன எல்லாம், உழவர்கள் விதைத்த வயலில் நாற்று வளர்ந்தால் மட்டும்தான் நிகழும். இந்த உலகத்தில் உயிர்கள் வளம்பெற்று வாழவேண்டும் என்றால் உழவர்களின் நாற்று வளரவேண்டும்.

32

நாற்றுப் பறித்தல்

வெறுத்து மீன் சனி புகில் என்? வெள்ளி தெற்கே ஆயிடில் என்?
குறித்த நாள் வரம்பு அழியாக் குலப் பொன்னித் திருநாடர்
மறித்து நாட்டிட நின்ற வள வயலின் இடைநாற்றைப்
பறித்து நாள் கொண்டதன் பின், பார் பசிக்கமாட்டாதே!

மீன இராசியில் சனி என்னும் கோள் புகுந்தாலும், விடிவெள்ளியானது தெற்குத் திசையில் தோன்றினாலும் பஞ்சம் ஏற்படும் என்று கூறுவார்கள். அவ்வாறு பஞ்சம் ஏற்படும் எனச் சோதிடர் கூறினாலும் அந்தப் பஞ்சத்தைப் போக்கும் ஆற்றல் கொண்டவர்கள் வேளாளர்கள். சோழ வளநாட்டு உழவர்கள், என்றைக்கு நாற்றங்காலின் வரப்பினை அழித்து நாற்றைப் பறிக்கவேண்டும் என்று வரையறை செய்திருக்கிறார்களோ, அந்த நாளில் நாற்றினைப் பறிப்பார்கள். அவ்வாறு நாற்றினைப் பறிப்பதைத் தொடங்குவதை நாள் செய்தல் என்று கூறுவார்கள். அவ்வாறு நாற்றினைப் பறித்தால் இந்த உலகத்தில் யாரும் பசியால் வாட மாட்டார்கள். சோதிடம் சொல்வதையும் பொய்ப்பித்துக் காட்டும் ஆற்றல் கொண்டவர்கள் உழவர்கள்.

33

நாற்று முடி இடுதல்

மாணிக்கம் முதலாய மணி அழுத்தித் தொழில் சமைத்த
ஆணிப் பொன் முடிவேந்தர் அணிமுடியும் முடியாமோ?
பேணிப் பைங் கோலமுடி பெருக்காளர் சுமவாரேல்
சேணுக்கும் திசைப்புறத்தும் செங்கோன்மை செல்லாதே!

வேந்தர்கள் தலையில் தாங்கும் மணிமுடியில், மாணிக்கக் கற்களை அழுத்திப் பதித்திருப்பார்கள். அந்த மணிமுடி பெருமை வாய்ந்தது அல்ல. வேறு எது பெருமை வாய்ந்த முடி தெரியுமா? பசுமையான நாற்றுகளை முடிபோட்டுக் கட்டி, அவற்றைத் தலையில் வேளாளர் சுமக்கவில்லை என்றால், தன் நாட்டிலும் தொலைவிலுள்ள நாட்டிலும், நான்கு திசைகளில் உள்ள நாட்டிலும் மன்னனால் செங்கோல் ஆட்சி செய்ய இயலாது. எனவே, நாற்று முடிதான் பெருமை வாய்ந்தது.

34

நாற்று முடி

தென்னன் முடி, சேரன் முடி, தெங்கு பொன்னி நாடன் முடி, கன்னன் முடி, கடல் சூழ்ந்த காசினியோர் தங்கள் முடி, இன்ன முடி அன்றியும் மற்று எடுத்துரைத்த முடிகள் எல்லாம் மன்னு முடி வேளாளர் வயலின் முடி கொண்டன்றோ?

தென்னாட்டை ஆளும் பாண்டியனின் மணிமுடியும், சேரனின் மணிமுடியும், சோழனின் மணிமுடியும், கன்னடனின் மணிமுடியும், கடலால் சூழப்பட்ட இந்த உலகத்திலுள்ள மற்ற மன்னரின் மணிமுடியும் சிறந்தவை ஆகா. நிலைபெற்ற வேளாளர் தங்கள் வயலில் கொண்டு சேர்க்கும் நாற்று முடிக்கு இந்த மன்னரின் மணிமுடிகள் இணையாக மாட்டா.

35

நடவுப் பாட்டு

வெய்ய கலி வலி தொலைக்கும் வேளாளர் விளைவயலில்
செய்யின் முடி விளம்பாரேல், விளம்புவன சிலஉளவோ?
மையறும் அந்தணர் விளம்பார் மறை! மனு மன்னவர் விளம்பார்!
ஐயம்அறு புலவோரும் அருந்தமிழ் நூல் விளம்பாரே!

வறுமை கொடியது. அந்த வறுமையைப் போக்குவோர், உழவுத் தொழில் செய்து விளைவிப்போர். அவர்கள் நாற்று நடும்போது நன்றாக விளையவேண்டும் என்று வாழ்த்து நடவு செய்வர். அப்படி நாற்றினைப் புகழ்ந்து பாடவில்லை என்றால், போற்றுவதற்கு வேறு எதுவும் கிடையாது. வேளாளர், உழவுத் தொழிலைச் செய்யவில்லை என்றால், வேதம் ஓதும் அந்தணர், வேதத்தை ஓத மாட்டார்கள், அரசர்களும் அறநூல்கைப் போற்றமாட்டார்கள், குற்றத்தைப் போக்கும் அருந்தமிழ் நூல்களைப் புலவர்களும் கற்பிக்கமாட்டார்கள்.

36

நடவின் சிறப்பு

மெய்ப்பாங்குபடக் கிடந்த வேத நூல் கற்றால் என்
பொய்ப்பாங்குபடப் பிறரைப் புகழும் நூல் கற்றால் என்
செய்ப்பாங்குபடக் கிடந்த செழுஞ்சாலி நன்னாற்றைக்
கைப்பாங்கு பகுத்து நடக் கற்றாரே கற்றாரே!

உண்மை உரைக்கும் வேதநூலைக் கற்றோரைக் கற்றோர் என்று சொல்வார்கள். பொய்யாகப் புகழுரை கூறும் நூல்களைக் கற்றோரையும் கற்றோர் என்று சொல்வார்கள். உண்மையில் யார் கற்றவர் தெரியுமா? வயலில் நாற்று முடியைப் பகுத்து எடுத்து நடவு செய்வதற்குக் கற்றவரே, கற்றவர் ஆவார். மற்றோர் எல்லோரும் கற்றிருந்தாலும் கற்றோர் ஆகமாட்டார்கள்.

37

உழுதலின் சிறப்பு

உலகத்தில் பகடு உழக்கும் ஓங்கு முடித்திறல் வேந்தர்
அலறத் திண்பகடு உழக்கும் அதுவும் ஒரு முனையாமோ?
உலகத்தில் பகடு உழக்கும் உயர் முடிகொள் வேளாளர்
சிலவர் உழச் சிலவர் நடும் அவையன்றோ திருமுனையே?

இந்த உலகத்தில் போர் யானைகளைக் கொண்டு மகுடம் தாங்கிய வேந்தர்கள் போர் நடத்தி, செல்வத்தை அழிக்கும் போர்க்களத்தை களம் என்று புகழ முடியாது. இந்த உலகத்தில் எருதினைக் கட்டி, உழவர் சிலர் உழுதுகொண்டிருக்கும்போது சிலர் நாற்றினை நட்டுக் கொண்டிருப்பார்கள். அதுதான் செல்வத்தை வழங்கும் களம் ஆகும்.

38

சேறாக்கி எருவிடுதல்

ஏராலே சேறாக்கி எருவாலே கருவாக்கி
நீராலே பைங்கூழை நிலைப்பார் தமையன்றிக்
காராலே காவேரி நதியாலே காசினியில்
ஆராலே பசி தீர்வார் அகலிடத்தில் பிறந்தோரே!

ஏராலே மீண்டும் மீண்டும் உழுதால் வயல் சேறாகும். சேற்று வயலில் எரு போட்டால் அந்த எருவினால் பயிர்கள் நன்கு முளைத்துத் தழைத்து வளரும். மழை பெய்தால் காவிரி நதியில் வெள்ளம் பாயும். அந்த வெள்ளத்தைப் பாய்ச்சி பயிரை நன்றாகப் பாதுகாக்கும் உழவர்களின் உழைப்பினால் இந்த உலகத்தார் பசியில்லாமல் இருக்கிறார்கள். வேறு எவராலும் உலக மக்கள் பசியில்லாமல் வாழவில்லை.

எரு – உரம், காசினி – உலகம்.

39

வேளாண்மைக்கு வயலே முதல்

அந்தணர்க்கு வேத முதல்! அரசருக்கு வெற்றி முதல்!
முந்திய சீர் வணிகருக்கு முதலாய முதல் உலகில்
வந்த உயிர் தமக்கெல்லா மருந்தாக வைத்த முதல்
செந்தமிழ்க்கு முதலாய திருவாளர் செய் முதலே!

அந்தணருக்கு வேதம்தான் முதலானது. அரசருக்குப் போர் வெற்றிதான் முதலானது. இந்த இருவருக்கும் முந்தியோர் வணிகர்கள். அவர்களுக்கும் முந்தியோர் வேளாளர்கள். அந்த வேளாளர்கள் இந்த உலகத்து உயிர்களுக்கு எல்லாம் மருந்தாக உதவும் உணவினை வழங்குகிறார்கள். அந்த உழவர்களுக்கு எது முதல் என்றால் அது, வயல்தான்.

செம்மையான தமிழ் மொழியை விடவும் முதலானது வயலும் உழவுத்தொழிலும் என்று கம்பர் குறிப்பிட்டுள்ளார்.

திருவாளர் செய் என்று அஃறிணையான வயலுக்கு, திருவாளர் என்னும் அடைமொழியைக் கொடுத்துப் பெருமை சேர்த்துள்ளார். இதனைத் தற்காலத்தில் பெயரடை என்கிறோம். திருவை ஆளச் செய்யும் வயல் என்றும் பொருள் கொள்ள இயலும்.

செய் - வயல்.

40

பயிர் வளர்திறம்

சீர் வளரும் மறை வளரும் திறல்வேந்தர் முடி வளரும்
பேர் வளரும் வணிகருக்குப் பெருநிதியம் மிகவளரும்
ஏர் வளரும் திரு வளரும் இசை வளரும் கடல் சூழ்ந்த
பார் வளரும் காராளர் பயிர் வளரும் திறத்தாலே.

இந்த உலகத்தில் சிறப்புகள் எல்லாம் வளரும், வேதம் வளரும், வேந்தரின் ஆட்சி வளரும், எல்லோரின் புகழும் வளரும், வணிகர்க்குப் பொருள் வளரும், ஏர்த்தொழில் வளரும், செல்வம் பெருகும், இசைக் கலை வளரும். இவை எல்லாம் இப்படி வளரவேண்டும் என்றால் வேளாளர் தங்கள் பயிர்த் தொழிலைச் சிறந்த முறையில் செய்யவேண்டும். அந்தப் பயிர்த்தொழில் சிறப்பாக நடைபெறவில்லை என்றால் வேறு எதுவும் சிறப்பாக நடைபெறாது.

41

ஏற்றம் இறைத்தல்

காற்று மேல் வருகின்ற கார் விடினும் கடல் சுவறி
ஆற்று நீர்அற வெள்ளியரசனும் தெற்கு ஆயிடினும்
ஏற்றமே கொடுநாளும் இறைத்து உலகம் விளைவித்துக்
காத்துமே உயிர் வளர்த்தல் காராளர் தம்கடனே!

மேல்காற்று வீசி மழைமேகம் கலைந்துபோனாலும், கடலே வற்றும் அளவிற்கு மழை பெய்யவில்லை என்றாலும், வெள்ளி என்னும் விண்மீன் தெற்குத் திசையில் சென்றாலும், கிணற்று நீரை ஏற்றத்தால் இறைத்து, நீரை வயலுக்குப் பாய்ச்சுவதைத் தங்கள் கடமையாக உணர்ந்து வேளாளர்கள் நீர் இறைப்பார்கள்.

42
துலாக் கோலின் சிறப்பு

கலையிட்ட மறைவேந்தர் கனல் வேள்வி வளர்ப்பதுவும்
மலையிட்ட புயத்தரசர் மணி மகுடம் சூட்டுவதும்
தலையிட்ட வணிகர் உயத் தனம் ஈட்டப்படுவதும்
நிலையிட்ட வேளாளர் துலையிட்ட நீராலே.

படிப்படியாக வேதம் ஓதி, அதில் வேந்தராக விளங்கும் அந்தணரும், மலைபோல் தோள்கொண்ட மன்னரும், வணிகத்தால் பொருள் ஈட்டும் வணிகரும், தங்கள் தொழிலைச் சிறப்பாகச் செய்வதற்குக் காரணமாக இருப்பது எது தெரியுமா? மழை இல்லாத வேளையிலும் துலாக்கோலினால் நீர் இறைத்துப் பயிர் வளர்க்கும் வேளாளரால்தான்.

43

பயிர் நட்டாரின் சிறப்பு

கெட்டாரைத் தாங்குதலால் கேடுபடாத் தொழில்குலத்தோர் ஓட்டார் என்று ஒருவரையும் வரையாத உயர்நலத்தோர் பட்டாங்கு பகர்ந்தோர்க்கும் பசிய கலப் பைங்கூழை நட்டாரே வையம் எல்லாம் நலம்திகழ நட்டாரே!

பொருள் வளம் கெட்ட ஏழையரைத் தாங்கி உணவளிக்கும் உயர்குலத்தைச் சேர்ந்தோர் வேளாளர். அந்த வேளாளர்கள், எவரையும் பகைவர் என்று மறுக்கமாட்டார்கள். இந்த உலகம் செழித்து ஓங்குவதற்காக அவர்கள் பைங்கூழை நடவு செய்கிறார்கள். அந்த நடவுத்தொழில் செய்து பயிர் வளர்க்கும் அவர்கள் உலகமெங்கும் நட்புக்கொண்டோராகத் திகழ்கிறார்கள்.

44

நீர்ப் பாய்ச்சுதலின் சிறப்பு

கார்தாங்கும் காவேரி நதி தாங்கும் காராளர்
ஏர் தாங்குவார் அன்றி யாவரே தாங்கவல்லார்
பார் தாங்கும் மன்னுயிரின் பசி தாங்கும் பைங்கூழின்
நீர் தாங்குவார் அலரோ நிலம் தாங்குகின்றாரே!

மழையைத் தாங்கி, அதன் நீர் வளத்தைக் காவிரி வழங்கும். அந்த நீர் வளத்தைப் பெற்று, ஏரோட்டி, பயிர் விளைக்கும் வேளாளர் அல்லாமல் வேறு எவராலும் இந்த உலகத்தில் உள்ள மக்களின் பசியைப் போக்கி, அவர்களைப் பாதுகாக்க முடியாது. அவ்வாறு பசியைப் போக்குவோரால் மட்டுமே இந்தப் பூமியைத் தாங்க முடியும். அவர் அல்லாத எவராலும் தாங்க இயலாது.

45

களை நீக்கலின் சிறப்பு

வளை களையும் மணிகளையும் மலர்களையும் வரும் பலவின்
சுளைகளையும் கொடுதரைக்கே சொரி பொன்னித் திருநாடர்
விளைகளையும் செஞ்சாலி வேரூன்றிக் கோடுகொள்ளக்
களை களையாவிடில் வேந்தர் கலி களையமாட்டாரே!

காவிரி ஆறானது சங்குகளையும், சிப்பிகளையும், மலையில் விளைந்த பலாப்பழத்தின் சுளைகளையும் அடித்துக்கொண்டு வந்து காவிரி ஆறு இரண்டு கரைகளிலும் பரப்பும். அந்தக் காவிரி பாயும் சோழநாட்டைச் சேர்ந்த வேளாளர்கள், பயிரிட்டுள்ள செஞ்சாலி என்னும் நெல்லின் அடிப்பகுதி கிளைத்து வளரவேண்டும் என்றால், அவற்றிற்கு அருகே வளர்ந்து நிற்கும் களைகளை அகற்றவேண்டும். அப்படிக் களையைப் பறித்து எறியாவிட்டால் விளைச்சல் குறையும். விளைச்சல் குறைந்தால் இந்த நாட்டு மக்களின் பசித் துன்பத்தை மன்னனால் போக்க இயலாது.

46
கருப்பிடித்தல்

திருவடையும் திறலடையும் சீரடையும் செறிவடையும் உருவடையும் உயர்வடையும் உலகெலாம் உயர்ந்தோங்கும் தருஅடையும் கொடையாளர் தண்வயலில் செஞ்சாலி கருவடையில் பூதலத்தின் கலி அடையமாட்டாதே.

செஞ்சாலி என்னும் நெல் பயிர்களில் பால் பிடித்தல் என்னும் கருப்பிடித்தல் வேண்டும். அவ்வாறு கருப்பிடித்தல் சிறப்பாக இருந்தால்தான், இந்த நாட்டில் செல்வமும் திறமையும் சிறப்பும் நிறையும். இந்த உலகத்திலுள்ள எல்லா மனிதர்களும் உருவாக வளர்வார்கள், உயர்வை அடைவார்கள். இவ்வாறு பயிர் கருவடைந்தால் கொடைத் தொழில் நடைபெறும். அவ்வாறு கருவடையாவிட்டால் உலகத்தை வறுமை வாட்டும்.

47

கதிர் விடுதலின் சிறப்பு

ஏற்றேறும் அரன் சிறப்புக்கு எழில் ஏறும், அகத்தழல்கள் மாற்றேறும், அரசர் முடிவளர்ந்து ஏறும், வளமைமிகும் ஊற்றேறும், குலப் பொன்னி உறைநாடர் இடுஞ்சாலி ஈற்றேறும்போது கலி ஈடேற மாட்டாதே!

வளமும் வலிமையும் பெருகும்படி, காவிரி பாயும் சோழநாட்டில் வேளாளர்கள் செய்யும் பயிரில் கதிர் வெளிப்பட்டு வளம் கொழித்தால் சிவனுக்குப் பூசை செய்வார்கள். அதனால் எருதில் ஏறும் சிவனுக்குச் சிறப்பு ஏறும். வேள்வித் தீ ஓங்கும். மன்னரின் முடிப் பெருமை உயரும்.

48

கதிரின் பச்சை நிறம்

முதிராத பருவத்தும் முற்றிய நற்பருவத்தும்
கதிராகி உயிர் வளர்ப்பது இவர் வளர்க்கும் கதிர் அன்றோ!
எதிராக வருகின்ற எரிகதிரும் குளிர்கதிரும்
கதிராகி உயிர் வளர்ப்பது உண்டாயின் காட்டீரே!

முதிராத பயிரின் இளமைக் காலத்திலும், முதிர்ந்த காலத்திலும் வேளாளர் பயிர் செய்யும் நெற்கதிர்கள்தான் இந்த உலகத்தில் உள்ளோரின் உயிரை வளர்க்கிறது. நெற்கதிர் அல்லாத வேறு இரண்டு கதிர்களைக் கூறுவார்கள். ஒன்று சூரியன், இன்னொன்று நிலவு. இந்த இரண்டும் நெற்கதிரைப்போல் உலகத்து உயிர்களுக்கு உணவு கொடுக்கிறதா? இல்லை.

49

கதிரின் தலைவளைவு

அலை வளையும் புவி வேந்தர் அங்கையில் தங்கிய வீரச்
சிலை வளையும் தன் கருப்புச் சிலை வளையும் கொடுங்கலியின்
தலை வளையும் காராளர் தண்வயலில் செஞ்சாலிக்
குலை வளையும் பொழுதினில் செங்கோல் வளையமாட்டாதே!

கடலால் சூழப்பட்டது இவ்வுலகம். இந்தக் கடலில் அடிக்கும் அலை வளையும். இவ்வுலகத்தின் நாடுகளை ஆளும் வேந்தர்கள் தங்கள் கையில் தாங்கியிருக்கும் வில் வளையும். மன்மதன் வைத்திருக்கும் கரும்பு வில்லும் வளையும். வறுமையின் தலை தானே குனியும். உழவர்கள் குனிந்து வேலை செய்தாலும் தலை குனியாமல் நிமிர்ந்து நடப்பார்கள். ஏன் தெரியுமா? அவர்கள் வேளாண்மைத் தொழிலைச் செய்யாவிட்டால் உலகத்தின் உயிர்கள் பசியால் வாடுவது மட்டுமல்லாமல் மன்னனின் செங்கோலும் வளைந்துவிடும்.

50

விளைவு காத்தல்

அறம் காணும் புகழ் காணும் அருமறையின் ஆகமத்தின்
திறம் காணும் செயம் காணும் திருவளர்க்கும் நிதி காணும்
மறம் காணும் கருங்கலியின் வலி தொலைத்த காராளர்
புறம் காணும் சோறிட்டுப் புறங்காணப் புகுந்திடினே!

வேளாண்மைத் தொழில் செய்யும் காராளர்கள், இந்த உலகத்தில் வறுமையைப் போக்குவோர் ஆவர். அவர்கள், தங்கள் பணியாளர்களுக்குப் போதிய உணவு வழங்கி அவர்களைப் பயிர்க் காவலுக்கு அனுப்பினால் விளைச்சல் பெருகும். அதனால் இந்த உலகத்தில் அறம் சிறக்கும். புகழ் நிலைக்கும். வேதம் வளரும். வேதாகமப் பெருமை உயரும். வெற்றிக் கிடைக்கும். செல்வத்தைப் பெருக்கும் நிதி வளரும். வீரம் வளரும்.

51

அரிவாள்

மாயனார் வடி வாளும் மகபதி வச்சிர வாளும்
தாயனார் அரிவாளின் தகைமை பெறும் தன்மையவேல்
தூயனார் அவர் வழியோர் சுடர் அரிவாட்கு இணை என்ன
வாயினால் புகலுதும் யாம் மன்னர் ஒரு வாளினையே!

திருமால் கையில் தாங்கியுள்ள நன்கு வடிவமைக்கப்பட்ட வாளும், தேவந்திரனின் வச்சிர வாளும், அரிவாள் தாய நாயனார் என்னும் வேளாளர் தம் கையில் வைத்திருந்த அரிவாளுக்கு இணையானவை. அந்த அரிவாள் தாய நாயனாரின் வழியில் தோன்றிய வேளாளர் கையில் வைத்திருக்கும் அரிவாளுக்கு இணையாக முன்பு குறிப்பிட்டவற்றையும் மன்னர்களின் வாளினையும் சொல்ல முடியாது. முன்பு குறிப்பிட்ட வாள் எல்லாம் உயிர்களைக் கொல்லும். ஆனால், வேளாளர் கையில் இருக்கும் அரிவாள் மட்டுமே உயிர்களுக்கு உணவூட்டி வளர்க்கும்.

52

அறுவடை

தோட்டியல் பூங்குழல் பெரிய பிராட்டிக்கு ஈராழிச் சொல்
பாட்டியல் சீர் பெற அளித்த பரமர் உவப்புற முன்னோர்
காட்டிய நெல் முளை அறுத்தார் கிளை அறுத்தார் களை அறுத்தார்
ஊட்டி அறுத்தார் மரபோர் ஊட்ட அறுத்தார் உலகே!

உமையம்மைக்கு விதைநெல்லாக இரண்டு நாழி நெல்லைக் கொடுத்து, அதை விதைத்துப் பயிர் செய்து இந்த உலகத்தில் முப்பத்து இரண்டு அறங்களையும் செய்யும்படி சொன்னான் சிவன். அந்த சிவபெருமானின் மனம் மகிழும் வகையில் பல தொண்டுகளைச் செய்த நாயனாரைப் போல், உலக மக்களுக்கு உணவூட்டுவதற்கு உழவுத்தொழிலைச் செய்யும் உழவர் பெருமக்கள், அறுவடையைச் செய்தனர்.

முளை அறுத்தார் - விதை நெல்லைக் கொண்டுவந்த இளையான்குடி மாற நாயனார்.

கிளை அறுத்தார் – இறைவனுக்கு என வைத்த நெல்லைப் பயன்படுத்திய உறவினர்களைக் கோட்புலி நாயனார் அழித்தார்.

களை அறுத்தார் - பக்தியில் ஏற்பட்ட களைகளை அறுத்த ஏயர்கோன் கலிக்காமர், எறிபத்த நாயனார் முதலானோர்.

ஊட்டி அறுத்தார் – உணவுட்கொள்ளும் வாயுடன் சேர்ந்து தலையை அரிந்த அரிவாள் தாய நாயனார்.

Υ

ஈராழி – இரு நாழி (நாழி என்பது படி என்னும் அளவை)

முப்பத்திரண்டு அறங்கள்

1. ஆதரவு அற்றவர்களுக்கு உணவு வழங்கும் விடுதி அமைத்தல்.
2. கல்வி பயிலும் மாணவர்களுக்கு உணவு வழங்குதல்.
3. ஆறு சமயங்களான சௌரம், சைவம், வைணவம், சாக்தம், காணபத்தியம், கௌமாரம் என்னும் சமயம் சார்ந்த துறவியர்க்கு உணவளித்தல்.

   (சௌரம் – சூரிய வழிபாடு, சைவம் – சிவ வழிபாடு, வைணவம் – திருமால் வழிபாடு, சாக்தம் – சக்தி வழிபாடு, காணாபத்தியம் – கணபதி வழிபாடு, கௌமாரம் – முருகன் வழிபாடு)
4. பசுவிற்கு உணவளித்தல்.
5. சிறைக்கைதிகளுக்கு உணவளித்தல்.
6. இரப்போர்க்கு உணவளித்தல்.
7. விழாக்காலங்களில் உணவுப் பொருள் வழங்குதல்.
8. ஆதரவற்றோருக்கு உணவளித்தல்.
9. பேறு காலத்தில் பெண்களுக்கு உதவுதல்.
10. குழந்தைகளைப் பராமரித்தல்.
11. தாயில்லா குழந்தைக்குப் பால் வழங்குதல்.
12. ஆதரவற்ற பிணத்திற்கு இறுதிச் சடங்கு செய்தல்.
13. ஆதரவற்றோருக்கு ஆடை வழங்குதல்.
14. தாம்பூலம் போடுவோருக்குத் தேவையான சுண்ணாம்பு கொடுத்தல்.

15. நோய்வாய்ப்பட்டோருக்கு மருந்து கொடுத்தல்.
16. ஏழை எளியோருக்கும் ஆதரவற்றோருக்கும் துணி வெளுத்துக் கொடுத்தல்.
17. ஏழை எளியோருக்கும் ஆதரவற்றோருக்கும் முடித் திருத்தம் செய்தல்.
18. ஒழுங்குபடுத்திக் கொள்வதற்குக் கண்ணாடி வழங்குதல்.
19. காதணி இல்லாப் பெண்களுக்குக் காதணி வழங்குதல்.
20. கண்ணுக்கு மருந்து, கண்மை வழங்குதல்.
21. தலைக்கு எண்ணெய் வழங்குதல்.
22. முறையான பெண்ணின்பம் கிடைக்காதோருக்குக் கிடைக்கச் செய்தல்.
23. பிறர் துயர் தீர்த்தல்.
24. தண்ணீர்ப் பந்தல் அமைத்தல்.
25. மடம் அமைத்தல்.
26. குளம் அமைத்தல்.
27. சோலை அமைத்தல்.
28. பசுக்களும் விலங்குகளும் உடலைத் தேய்த்துக் கொள்வதற்குத் தேவையான மரத்தூண்களை நட்டு வைத்தல்.
29. பசுவைச் சினையாக்குவதற்கு எருது விடுதல்.
30. விலங்கினங்களுக்கு உணவளித்தல்.
31. பலியிடும் உயிர்களுக்கான விலை கொடுத்து அவற்றைக் காத்தல்.
32. ஆதரவற்ற பெண்களுக்குத் திருமணம் செய்வித்தல்.

53

வேளாளர் வழங்கும் கொடை

அரிவுண்ட பொற்கதிரை நெற்கதிர் நேர் ஆதுலர்க்குப்
பரிவுண்ட பெருவார்த்தை புதிதன்று பழைமைத்தே
விரிவுண்ட கடல்படியும் மேகங்கள் மறுத்தாலும்
திரிவுண்டோ காராளர் செயலினுக்குச் செப்பீரே!

வேளாண்மை செய்து அறுவடை செய்வோர், அறுவடைக் களத்தில் இரவலர்க்கு நெல்லை வழங்குவர். அவ்வாறு வழங்க முடியாத அளவிற்கு மழை வளம் குறைந்தாலும் அவர்கள் வழங்கும் கொடையில் குறைவு ஏற்படாது. அவ்வாறு அவர்களின் கொடைத்தன்மையில் குறைவு கண்டீர்கள் என்றால் கூறுங்கள்.

♈

54

சூட்டின் பொலிவு

கோடு வரம்பு இடைஉலவும் குலப்பொன்னித் திருநாடர்
நீடு பெரும்புகழ் வளரும் நிலமடந்தைத் திருமக்கள்
பீடு வரம்பு இடைவயலின் பிறைவாளின் தடிகின்ற
சூடு வரம்பு ஏறாதேல் சுருதி வரம்பு ஏறாதே!

சங்குகள் ஊர்ந்து செல்லும் கரைகளைக் கொண்டது காவிரி ஆறு. அந்தக் காவிரி பாயும் சோழ நாடு உழவினால் பெரும்புகழ் கொண்டது. அந்த நாட்டின் செல்வ வேளாண் குடிமக்கள், விளைந்த கதிரை, பிறை வடிவ அரிவாளால் அரிந்து, அதனைச் சூடாகக் குவித்து வைப்பார்கள். நெற்கதிர் சூடு உயர்ந்தால்தான் அங்கே வேதங்கள் விதித்த முறைப்படி வாழ்க்கை நடைபெறும்.

♈

சூடு – உயர்ந்த அரிதாள் குவியல்.

55

களம்செய்தலின் சிறப்பு

சீரான விறல்வேந்தர் செருவிளைத்துச் செல்லுவதும்
பேரான மனுநீதி பிறழாது விளங்குவதும்
நீராலே செஞ்சாலி விளைவித்து நெறிநடத்தும்
காராளர் விளைவயலில் களம்பண்ணும் பொருட்டாலே!

போர்க்களத்தில் வெற்றி வேந்தர் போர் புரிந்து வெற்றியடைவதும், உலகத்தில் மனுநீதி நிலைத்திருப்பதும், நீர் வளத்தைப் பயன்படுத்தி, செந்நெல் விளைவித்து, பசித்துன்பம் இல்லாமல் எல்லோரும் நல்ல வழியில் வாழ்வதற்கும் வழிவகுக்கும் வேளாளர், வயலிடத்தில் உருவாக்கும் களத்தினால்தான். நெல்லடிக்கும் களம் அமையும் வகையில் விளைச்சல் இல்லை என்றால் மேற்கூறிய எதுவும் ஒழுங்காக நடைபெறாது.

56

சூடு அடித்தல்

கடிசூட்டு மலர்வாளி காமன் அடல்சூட்டுவதும்
கொடிசூட்டு மணிமாடக் கோபுரம் பொன்சூடுவதும்
முடிசூட்டி வயவேந்தர் மூவுலகும் இறைஞ்சுபுகழ்
படிசூட்டி இருப்பதெல்லாம் படுசூட்டின் வலியாலே!

இந்த உலகத்தில் காதல் கடவுளான காமல் எல்லோரையும் தனது மலர் அம்பினால் வெற்றிக் கொள்வதும், கொடி மரம் கொண்ட மாடக்கோயிலில் அமைக்கப்பட்ட கோபுரத்தில் பொன்கலசம் அமைப்பதும், வலிமைமிக்க வேந்தர் இந்த உலகம் வணங்கும்படி ஆட்சி செய்வதெல்லாம் வேளாளர், சூடு அடித்து நெல்லைக் குவிப்பதால்தான். அப்படிச் சூடடித்து நெல்லைக் குவிக்கவில்லை என்றால் மேற்சொன்ன எதுவும் முறையாக நிகழாது.

57

சூடு அடிகோலின் சிறப்பு

முருட்டின் மிகுவெம் பகைவர் முரண் கெடுத்து இவ்வுலகம் எல்லாம்
தெருட்டி நெறி செல்கின்ற செங்கோன்மை செலுத்தும்கோல்
வெருட்டி மிகுங்கருங்கலியை வேரோடும் அகற்றுங்கோல்
சுருட்டி மிகத் தடிந்து செந்நெல் சூடு மிதித்திடும் கோலே!

முரட்டுத்தனம் கொண்ட பகைவரின் முரண்பட்ட தன்மை கெடும்படியாக அவர்களை அடக்கி, இந்த உலகத்தில் செங்கோல் செலுத்தும் மன்னன் தன் கையில் கோல் தாங்கியிருப்பான். அந்தக் கோல் வெற்றியைப் பெற்றுத் தரும். ஆனால், இந்த உலக மக்களின் பசியை எல்லாம் போக்குவதற்குப் பயன்படும் கோல் எது தெரியுமா? அதுதான் வேளாளர்கள் சூட்டினை அடிப்பதற்குக் களத்தில் போட்டிருக்கும் அடிகோல் என்னும் உறுதியான மரக்கட்டையால் ஆன கோல் ஆகும். அப்படி அந்த மரக்கட்டையில் கதிரை அடித்து நெல்மணியை உதிர்க்காவிட்டால் மன்னனின் செங்கோலால்கூட வெற்றியைக் குவிக்க முடியாது.

58

நெற்போர்ச் சிறப்பு

காராளும் கரியினமும் பரியினமும் கைவகுத்துப்
போராளும் முடிவேந்தர் போர்க்கோலம் எந்நாளும்
சீராளும், செழும்பொன்னித் திருநாடர் புகழ்விளக்கும்
ஏராளும் காராளர் இவர்செய்யும் போராலே!

யானைப் படையையும் குதிரைப் படையையும் வகையாகப் பகுத்து, முடி மன்னர் போருக்குப் புறப்பட்டு எந்நாளும் போரில் வெற்றிக் காண்பர். அந்த வெற்றிக்கு அடிப்படையாக வேறொரு போர் இருக்கிறது. அது என்ன போர்த் தெரியுமா? வேளாளர், தாங்கள் அறுவடை செய்த நெல்லை எல்லாம் போராகக் குவித்து வைத்திருப்பார்கள். அந்த நெற் போர்தான், வேந்தர் புரியும் போருக்கு அடிப்படை ஆகும்.

59

களம் பாடுதல்

வளம்பாடும் குடைமன்னர் மதயானை படப்பொருத
களம்பாடும் பெருஞ்செல்வம் காசினியில் சிறந்தன்று!
தளம்பாடும் தார்அகலத் தாளாளர் தம்முடைய
களம்பாடும் பெருஞ்செல்வம் காசினியில் சிறப்பன்றே!

போரில் வெற்றிபெற்ற யானைப் படைகொண்ட வெண்கொற்றக் குடை கொண்ட வெற்றி வேந்தரின் போர்க்களத்தைப் பாடுவது சிறப்புடையது ஆகாது. வேறு எது சிறப்புடையது தெரியுமா? பூவிதழில் தேனருந்தும் வண்டுகள், தேனருந்தும் மாலையை மார்பில் தாங்கும் வேளாளர்களின் நெற்களத்தில் பாடினால் பெரும் செல்வத்தைப் பெறுவர். எனவே, போர்க்கள வெற்றியைப் பாடுவதைவிட நெற்களச் செல்வத்தைப் பாடுவதே இந்த உலகத்தில் சிறப்புடையதாகும்.

60

இரப்பவரும் தோற்காச் சிறப்பு

பார்வேந்தர் பெருஞ்செல்வம் பழுது படாது ஒருநாளும்
ஏர்வேந்தர் பெருஞ்செல்வம் அழிவுபடாது இருத்தலினால்!
தேர்வேந்தர் போர்க்களத்துச் சிலர்வெல்வர், சிலர்தோற்பர்!
ஏர்வேந்தர் போர்க்களத்துள் இரப்பவரும் தோலாரே!

ஏர்வேந்தர் என்னும் வேளாளர், தங்கள் ஏர்த் தொழிலினால் ஈட்டும் பெருஞ்செல்வம் குறைவுபடாமல் இருந்தால் மட்டுமே, இந்த உலகத்தை ஆளும் வேந்தரின் செல்வம் குறையாமல் இருக்கும். தேரைக்கொண்ட வேந்தர் நடத்தும் போரில் சிலர் வெற்றி பெறுவார்கள், சிலர் தோல்வி அடைவார்கள். ஆனால், வேளாளர் அறுவடை செய்யும் நெற்களத்தில், நெல் வேண்டி நிற்கும் இரவலர்கூடத் தோல்வி அடையாமல் வேண்டிய நெல்லைப் பெற்றுச் செல்வார்கள்.

61

நாவலோ நாவல்

நாவலோ நாவல் என நாடறிய முறையிட்ட
ஏவலோர் போர்க்களத்தில் எதிர்நிற்பர்! முத்தமிழ்தேர்
பாவலோர், இசைவல்லோர் பற்றுடைய பதினெண்மர்
காவலோர் எல்லாரும் கையேற்கும் பொருட்டாலே!

போர்க்களத்தில் போருக்குக் குரல் எழுப்பியபடி வெற்றி முழக்கத்துடன் வீரர்கள் அணிவகுத்து நிற்பார்கள். வேளாளரின் நெற்களத்தில் பதினெண் குடிமக்களும் புலவர்களும் இசைக் கலைஞர்களும் பொருள் வேண்டி வந்து நிற்பார்கள். மேலும், மன்னனும் வேளாளரிடமிருந்து விளைச்சலில் நான்கில் ஒரு பங்கினைப் பெறுவதற்காக ஆள் அனுப்பிக் காத்து நிற்பான். எனவே, உலகின் முக்கியக் குடிகள் எல்லோரும் வேளாளரின் வேளாண்மையை எதிர்பார்த்தே வாழ்கிறார்கள்.

૪

நாவலோ நாவல் – புதுமையோ புதுமை என்னும் வெற்றி முழக்கம்.

பதினெண் குடிமக்கள்

நாவிதர், குயவர், வண்ணார், உவச்சர் (ஓலை எழுதுவோர்), தச்சர், கொல்லர், பொற்கொல்லர், கல்தச்சர், எண்ணெய் வாணியர், வேளாண் வாணியர், பரதவ வாணியர், மாலை கட்டுவோர், கணக்கர், பாணர், பள்ளர், வலையர், இடையர், வீரம் உடையார்.

62

எருது மிதித்தலின் சிறப்பு

எடுத்த போர்க்களத்து அரசர் இணைப்பகடு சில நடத்திப்
படுத்த போர் பயந்ததனால் பார்தாங்கி வாழ்வது எல்லாம்,
எடுத்த போர் உழவர் உழும் இணைப் பகடு சில நடத்திப்
படுத்த போர் வையகத்தில் விளங்குகின்ற பயனாலே!

பல யானைகளை முன்னால் செலுத்தி மன்னர்கள் போர்க்களத்தில் வெற்றி பெற்று இந்த உலகத்தை ஆள்கிறார்கள். வேளாளர், தங்கள் நெற்களத்தில் எருதுகளை இணையாகக் கட்டி நெல்தாளின் மேல் மிதிக்க விடுதலினால் பெறும் நெல்லின் பயனைக் கொண்டே, மன்னர்களும் போர்க்களத்தில் யானைகளைக் கொண்டு வெற்றியைப் பெறமுடிகிறது.

63

நெற்பொலியின் சிறப்பு

வில் பொலியும் பெருங்கீர்த்தி வேளாளர் விளைவயலில்
நெல் பொலி உண்டாமாகில் நிலமகளும் பொலிவுண்டாம்!
பொன் பொலி உண்டாம், உலகம் புகழ்ப் பொலிவுண்டாம், புலவோர்
சொல் பொலிவுண்டாம், கலியின் துயர் பொலியமாட்டாதே!

நெற்பொலியைக் களத்தில் வில்போல் வளைத்துக் குவித்து வைத்திருப்பார்கள். அந்தப் பொலியினால் வேளாளர் பெறுகிற புகழினாலே இந்த நிலவுலகம் பொலிவு பெற்று நிலைத்திருக்கிறது. அதனால்தான் பொன்னின் பயன்பாடும் உலகில் புகழும் இருக்கிறது. புலவர்கள் பாடும் பாட்டின் பொலிவும் இந்த வேளாளரின் வேளாண்மையை ஒட்டியே அமைந்திருக்கிறது. இப்படி எல்லாம் வேளாளரால் பொலிவடைந்திருப்பதால் பசித் துன்பம் பொலிவிழந்துவிட்டது.

64

நெல்லைக் காற்றில் தூற்றிக் குவித்தல்

தன்னிகர் ஒன்று ஒவ்வாத தலம் வளர்க்கும் பெருக்காளர்
மன்னு பெருங்களத்தினிடை மாருதத்தில் தூற்றியிடும்
செந்நெல்லைப் பொலிவாலே செம்பொன் மலையெனக் குவித்தே
அந்நெல்லின் பொலியாலே அவனி உயிர்வளர்ப்பாரே!

நிலத்திற்கு இணையாக எதுவும் இல்லை என்று சொல்லும் அளவிற்கு நிலத்திற்குப் பெருமையை வழங்கியவர்கள் நீரின் பயன்கொள்ளும் வேளாளர்கள். அவர்கள் களத்தில், நெல்லைக் காற்றில் தூற்றி நெற்பொலியைக் குவிப்பார்கள். அந்தச் செந்நெற் குவியல் செம்பொன் மலைபோல் குவிந்திருக்கும். அந்த நெற்குவியலால்தான் வேளாளர்கள் இந்த உலகத்தில் உள்ள எல்லோருக்கும் உணவு வழங்கி அவர்களின் உயிரைக் காப்பாற்றுகிறார்கள்.

65

நெற்கூடையின் சிறப்பு

ஆடை ஆபரணங்கள் அணிந்து முடிசுமந்திடலும்
ஓடை யானையின் எருத்தத்து உயர்ந்து உலகம் தாங்குதலும்
பேடையோடு அன நீங்காப் பெருங்கழனிப் பெருக்காளர்
கூடையானது கையில் கொண்டு களம் புகுந்திடினே!

பட்டாடைகளை அணிந்து, விலை உயர்ந்த அணிகலன்களை அணிந்து, தலையில் முடிசூடி, யானையின் பிடரியில் அமர்ந்து இந்த உலகத்தைக் காக்கும் தொழிலை மன்னர்கள் செய்து வருகிறார்கள். பெண் அன்னமும் ஆண் அன்னமும் இணைந்து இருக்கும் அளவிற்கு நீர்வளம் கொண்ட சோழநாட்டில், நீரை வீணாக்காமல் உழவுத் தொழிலுக்குப் பயன்படுத்தும் வேளாளர்கள் தங்கள் கையில் நெல்லை அள்ளும் கூடையைத் தாங்கியபடி களத்துக்குச் செல்கிறார்கள்.

மன்னர்கள் யானையில் சென்று நாட்டைக் காப்பதும் வேளாளர்கள் நெற்கூடையுடன் களத்திற்குச் செல்வதும் ஒன்று என்று சொல்லாமல், மன்னர்கள் யானையில் செல்வதைவிட வேளாளர், களத்திற்குச் செல்வதே உயர்வானது என்கிறார். ஏனென்றால், விளைச்சல் இல்லை என்றால் மன்னனால் தன் நாட்டு மக்களைப் பாதுகாக்க இயலாது.

66

தூற்று முறத்தின் சிறப்பு

வலியாற்றும் மன்னவர்க்கும் தேவர்க்கும் மறையவர்க்கும்
ஒலியாற்றும் பேருலகில் உய்ய அமுதிடும் கூடை
கலிமாற்றி நயந்த புகழ்க் காராளர் தம்முடைய
பொலிதூற்றும் கூடைக்குப் போதுவதோ புகலீரே!

வலிமையுடன் வெற்றி கொள்ளும் மன்னவர்க்கும் இறைவனுக்கும் அந்தணர்க்கும் ஒலிக்கும் கடல் சூழ்ந்த இந்த உலகில் உள்ள எல்லோருக்கும் உணவு வழங்குவது, வேளாளர்கள் விளைவித்து, தங்கள் கூடை நிறைய அள்ளும் நெல்லாகும். அந்தக் கூடையின் சிறப்பைப் போன்றே சிறப்புடையது நெல்லின் தூசினைப் போக்குவதற்காகத் தூற்றும் கூடை போன்ற முறமும் ஆகும். அந்தக் கூடைக்கும் இந்த முறத்திற்கும் ஒப்பாக வேறெதையும் சொல்ல இயலாது.

67

பொலி கோலின் சிறப்பு

சீற்றம் கொள் கருங்கலியைச் செறுக்கும் கோல் செகதலத்துக்
கூற்றம் கொள் மனுநெறியை உண்டாக்கி வளர்க்கும்கோல்
ஏற்றம் கொள் வயவேந்தர்க்கு எப்பொருளும் கொடுத்து உலகம்
போற்றும் சொற்பெருக்காளர் பூங்கையினில் பொலிகோலே!

இந்த உலகத்தைப் பெருங்கோபத்துடன் தாக்கும் பசித்துன்பத்தை விரட்டி அடிக்கும் கோல் எது தெரியுமா? இந்த உலகத்தில் மனுநீதி தழைக்கச் செய்யும் கோல் எது தெரியுமா? வீரமிக்க வேந்தர்க்கும் உணவுப் பொருளையும், பிற பொருளையும் வழங்கும் கோல் எது தெரியுமா? அதுதான் வேளாளர் தங்கள் கையில் வைத்துக்கொண்டு நெற்பொலி என்னும் நெற்குவியலை அளப்பதற்குப் பயன்படுத்தும் கோல்.

68

நெற்கோட்டையின் சிறப்பு

திருத்தோட்டுப் பிரமாவால் செனிக்கின்ற உயிர்களுக்கும்
உருத்தோட்டுப் புகழுக்கும் உரிமை முறைவளர்க்கின்ற
வரைக்கோட்டுத் திணிபுயத்து வளர் பொன்னித் திருநாடர்
விரைக்கோட்டை கொண்டு அன்றோ வேந்தர் இடும்கோட்டைகளே!

திருமலர் என்னும் சிறப்புடைய தாமரை மலரில் வீற்றிருக்கும் பிரம்மனால் இந்த உலகத்தில் உயிர்கள் தோன்றுகின்றன. இந்த உலகத்து உயிரான மக்களைக் காக்கும் காவிரி பாயும் சோழ மண்டலத்தை ஆளும் மன்னர்கள், தங்கள் பகைவரை விரட்டுவதற்கும், அதனால் புகழ் அடைவதற்கும், நாட்டை முறையாக ஆள்வதற்கும், கோட்டை அமைப்பதற்கும் அடிப்படையாக இருப்பது எது தெரியுமா? அதுதான் வேளாளர்கள் களத்தில் குவித்து வைத்திருக்கும் விதைக் கோட்டை என்னும் நெல்கோட்டை ஆகும்.

૪

கோட்டை – நெல்லை அளக்கும்போது உள்ள ஒரு கணக்கு முறை. கன்னியாகுமரிப் பகுதியில் ஒரு கோட்டை என்பது 21 மரக்கால் கொண்டது.

69

கல்லறைபோல் நெல்லறை

தளர்ந்த உயிர் அத்தனைக்கும் தாளாளர் எண்திசையும்
வளர்ந்த புகழ் பெருக்காளர் வளமையார் உரைப்பாரே
அளந்து உலகம் அனைத்து ஆளும்அரசர், வேதியர், புலவர்
களந் துவைக்க வை உகுத்த கல்லறைகள் உண்பாரேல்!

இந்த உலகத்தில் உண்ணாமையால் தளர்ச்சியடைந்த எல்லா உயிர்களுக்கும் உணவு வழங்கிக் காப்பவர்கள், எல்லாத் திசையிலும் புகழ்பெற்ற வேளாளர் ஆவர். அவர்கள் நெல்லை அளந்து அரசருக்கும் வேதம் ஓதுவோர்க்கும் இலக்கியம் படைப்போர்க்கும் வழங்குகின்றனர். அவர்கள் களத்தில் நெல் தாளினைத் துவைத்து, வைக்கோலை நீக்கி அறுக்கப்பட்ட செங்கல் வரிசையைப்போல் நெற்குவியலை வரிசையாக வைத்திருப்பர். அந்த நெல்லறைகளில் உள்ள நெல்லைப் பெற்றுதான் மேலே குறிப்பிட்ட எல்லோரும் உண்டு உயிர் வாழ்கிறார்கள்.

𝜏

கல்லறை – அறுக்கப்பட்ட செங்கல். தற்காலத்தில் கல்லால் கட்டப்பட்ட சிறிய அளவிலான சமாதி. இந்த இருபொருள்படும் வகையில்தான் கம்பர் கல்லறை என்னும் சொல்லைப் பயன்படுத்தியுள்ளார்.

70

வேளாளர் பெறும் பேறு

அரியாதனத்தின் மேலிருந்து தேயம் பொற்குடைக்கீழ் அரசு இயற்றும் பெரியார் பக்கல்பெறும் பேறும், பேறே அல்ல! பெருக்காளர் சொரியாநிற்பச் சிலர்முகந்து தூற்றாநிற்பச் சிலரளந்து புரியாநிற்பப் பெரும்பேறு உக்கதுநேரொக்கப் போதாதே!

அரி என்னும் சிம்மாசனத்தில் பொன்குடையின்கீழ் வீற்றிருந்து நாட்டை ஆட்சி செய்யும் மன்னருக்கு அருகில் இருந்து பேறு பெறுவோர் பலர் ஆவர். ஆனால், அந்தப் பேற்றினைப் பெற்றோரைவிட வேளாளர் பக்கத்தில் நிற்பவரே அதிகம் பேர் ஆவர். நெல்லை அடித்துச் சொரிந்து கொண்டே பலர் நிற்பார்கள். பலர் அந்த நெல்லைக் கூடையில் அள்ளி, காற்றில் தூற்றிக்கொண்டே நிற்பார்கள். இன்னும் பலர் அந்த நெல்லை அளந்து குவித்துக் கொண்டே இருப்பர். இவ்வாறு வேளாளரிடம் நிற்போர், மன்னுடன் நிற்போரைவிடவும் அதிகம் பேர் ஆவர். இதுதான் வேளாளர் பெறுகிற பேறு ஆகும்.

71

மங்கல வாழ்த்து

பார் வாழி! நான்மறை நூல் பருணிதர் ஆகுதி வாழி!
கார் வாழி! வளவர்பிரான் காவேரி நதி வாழி!
பேர் வாழி! பெருக்காளர் பெருஞ்செல்வக் கிளை வாழி!
ஏர் வாழி! இசை வாழி யெழுபத்தொன்பது நாடே!

இந்த உலகத்தில் உள்ளோர் நன்றாய் வாழ்க! வேத நூல் ஓதி வேள்வி செய்யும் பருணிதர் என்னும் அந்தணர் வாழ்க! மழை வளம் நன்றாகப் பெருகட்டும்! வேளாண்மைத் தொழில் செய்யும் எல்லாப் பிரிவினரும் வாழ்க! உழவுத் தொழிலுக்குப் பயன்படும் ஏர் வாழ்க! இந்த ஏரினால் உழுது உணவு வழங்கப்படும் எழுபத்தொன்பது நாடும் நன்றாக வாழ்க!

தொண்டை நாட்டில் இருபத்து நான்கு கோட்டங்களும் 79 நாடுகளும் சொல்லப்பட்டுள்ளன. அதைப்போல் சோழ நாட்டில் உள்ள 79 நாடுகளைக் கம்பர் பாடியுள்ளார்.

முகிலை இராசபாண்டியன்

கன்னியாகுமரி மாவட்டத்தின் முகிலன் குடியிருப்பில் பிறந்த இவர் மதுரை, சென்னை, அண்ணாமலைப் பல்கலைக்கழகங்களில் கல்வி கற்றுள்ளார்.

சென்னை, தரமணியில் உள்ள தமிழ் இணையப் பல்கலைக்கழகத்தில் மூன்று ஆண்டுகள் உதவி இயக்குநராகவும் செம்மொழித் தமிழாய்வு மத்திய நிறுவனத்தின் பதிவாளராகவும் பணியாற்றியுள்ள இவர், சென்னை மாநிலக் கல்லூரியில் பதினைந்து ஆண்டுகள் தமிழ்ப் பேராசிரியராகப் பணியாற்றியுள்ளார்.

ஐந்து நாவல்கள், ஐந்து சிறுகதைத் தொகுப்புகள், மூன்று நாடகங்கள், நான்கு கவிதைத் தொகுப்புகள் உட்பட நூற்றுக்கு மேற்பட்ட நூல்களைப் படைத்துள்ளார்.

மனோன்மணியம் சுந்தரனார் பல்கலைக்கழகத்தின் பாரதியார், பாரதிதாசன் அறக்கட்டளைப் பரிசுகளையும், கோவை கஸ்தூரி சீனிவாசன் அறநிலையத்தின் நாவல் பரிசினையும், பாரத ஸ்டேட் வங்கியின் நாடகப் பரிசினையும், தமிழ்நாடு கலை இலக்கியப் பெருமன்றத்தின் சிறந்த சிறுகதை நூல் பரிசினையும் வேறு பல விருதுகளையும் பெற்றுள்ளார்.